The 100 Word Exercise Book

Panjabi

Series concept: Jane Wightwick

Panjabi edition: Mangat Bhardwaj
& Harinder Kaur

g-and-w

Published by *g-and-w* PUBLISHING
47a High Street
Chinnor
Oxfordshire OX9 4DJ

First published 2002

© *g-and-w* PUBLISHING 2002

ISBN 1-903103-07-X

Designed by: Robert Bowers

Illustrated by: Mahmoud Gaafar

Printed in Hong Kong
by Wing King Tong Co. Ltd.

1 2 3 4 5 6 7 8 9 09 08 07 06 05 04 03 02

◎ CONTENTS

Flashcards (8 sheets of tear-out topic flashcards)

⊚ INTRODUCTION

In this activity book you'll find 100 key words for you to learn to read in Panjabi. All of the activities are designed specifically for reading languages in unfamiliar scripts. Many of the activities are inspired by the kind of games used to teach children to read their own language: flashcards, matching games, memory games, joining exercises, etc. This is not only a more effective method of learning to read a new script, but also much more fun.

We've included a **Scriptbreaker** to get you started. This is a friendly introduction to the Panjabi script that will give you tips on how to remember the letters.

Then you can move on to the 8 **Topics**. Each topic presents essential words in large type. There is a pronunciation guide so you know how to say the words. These words are also featured in the tear-out **Flashcard** section at the back of the book. When you've mastered the words, you can go on to try out the activities and games for that topic.

There's also a **Round-up** section to review all your new words and the **Answers** to all the activities to check yourself.

Follow this 4-step plan for maximum success:

1 Have a look at the key topic words with their pictures. Then tear out the flashcards and shuffle them. Put them Panjabi side up. Try to remember what the word means and turn the card over to check with the English. When you can do this, cover the pronunciation and try to say the word and remember the meaning by looking at the Panjabi script only.

2 Put the cards English side up and try to say the Panjabi word. Try the cards again each day both ways around. (When you can remember a card for 7 days in a row, you can file it!)

3 Try out the activities and games for each topic. This will reinforce your recognition of the key words.

4 After you have covered all the topics, you can try the activities in the Round-up section to test your knowledge of all the Panjabi words in the book. You can also try shuffling all the flashcards together to see how many you can remember.

This flexible and fun way of reading your first words in Panjabi should give you a head start whether you're learning at home or in a group.

◎ SCRIPTBREAKER

The purpose of this Scriptbreaker is to introduce you to the Panjabi script and how it is formed. You should not try to memorise the alphabet at this stage, nor try to write the letters yourself. Instead, have a quick look through this section and then move on to the topics, glancing back if you want to work out the letters in a particular word. Remember, though, that recognising the whole shape of the word in an unfamiliar script is just as important as knowing how it is made up. Using this method you will have a much more instinctive recall of vocabulary and will gain the confidence to expand your knowledge in other directions.

The Panjabi script, also known as the Gurmukhi script, is quite easy to learn. Once you are able to distinguish individual letters and symbols and how they are combined, you will find that it is a logical and consistent system of writing. There are no capital letters and, unlike English, most words are spelt as they sound.

◎ The alphabet

The table below shows the 40 Panjabi letters which are divided into eight groups of five letters, mostly on the basis of their pronunciation. With the exception of the first three letters (known as vowel bearers), all other letters are consonants. All except three of the letters always look the same. Only ਹ, ਤ and ਵ sometimes change their shape. At this stage, it is better to glance at this table and then try to familiarise yourself slowly with the letters through the 100 words.

ੳ	ਅ	ੲ	ਸ	ਹ	ਤ	ਥ	ਦ	ਧ	ਨ
vowel bearers			s	h	t	t^h	d	d^h	n
ਕ	ਖ	ਗ	ਘ	ਙ	ਪ	ਫ	ਬ	ਭ	ਮ
k	k^h	g	g^h	ng	p	p^h	b	b^h	m
ਚ	ਛ	ਜ	ਝ	ਞ	ਯ	ਰ	ਲ	ਵ	ੜ
ch	ch^h	j	j^h	nj	y	r	l	v	R
ਟ	ਠ	ਡ	ਢ	ਣ	ਸ਼	ਖ਼	ਗ਼	ਜ਼	ਫ਼
T	T^h	D	D^h	N	sh	kh	G	z	f

Joining letters

When Panjabi letters are put together, they join at the top, giving the impression that they are 'hanging' from a line:

ਬ + ਸ = ਬਸ

ਸ + ੜ + ਕ = ਸੜਕ

- ✔ Panjabi has 40 letters, divided into 8 groups
- ✔ There are no capital letters
- ✔ Panjabi letters join at the top

Vowel symbols

There are ten vowel symbols representing the ten vowel sounds of the Panjabi language. One of these vowel symbols, strangely, is *invisible*. Vowel symbols can be added before or after a letter but the sound always *follows* the consonant sound.

Below each of the symbols is added to the Panjabi letter ਕ. Notice the position of the symbols in relation to the letter:

- ਾ and ੀ are put *after* the letter
- ਿ is put *before* the letter
- ੁ and ੂ are put *beneath* the letter
- ੇ, ੈ, ੋ, and ੌ are put *above* the letter

	ਾ	ਿ	ੀ	ੁ	ੂ	ੇ	ੈ	ੋ	ੌ
*a**	*aa*	*i*	*ee*	*u*	*oo*	*e*	*ai*	*o*	*au*
ਕ	ਕਾ	ਕਿ	ਕੀ	ਕੁ	ਕੂ	ਕੇ	ਕੈ	ਕੋ	ਕੌ
ka	*kaa*	*ki*	*kee*	*ku*	*koo*	*ke*	*kai*	*ko*	*kau*

*Since the symbol for the short *a* is invisible, the letter ਕ by itself may be pronounced as *k* or *ka*. This is the case with the other letters (except vowel bearers).

If a vowel sound comes at the beginning of a word or after another vowel sound in a word, the vowel symbol is added to a vowel bearer letter:

ਅਲਮਾਰੀ (ਅ + ਲ + ਮਾ + ਰੀ)
almaaree (a + l + maa + ree)
cupboard

ਦਰਿਆ (ਦ + ਰਿ + ਆ)
dariaa (da + ri + aa)
river

The symbol for the short *a* is invisible, but a vowel bearer still has to be written in the word *almaaree* – otherwise there is no way of knowing that this word begins with the sound *a*.

The vowel bearer letter used changes depending on the vowel symbol:

• ੳ carries ੁ, ੂ and ੋ, making ਉ, ਊ and ੳ. (The combination ੋ above ੳ is written as ਓ, as in ਓਮ (*om*).)

• ਅ carries the *invisible* vowel symbol and the symbols ਾ, ੈ and ੌ, making ਅ, ਆ, ਐ and ਔ.

• ੲ carries the vowel symbols ਿ, ੀ and ੇ, making ਇ, ਈ and ਏ.

✔ Panjabi has 10 vowel symbols pronounced after the letter that carries them
✔ One of the symbols is 'invisible' (not written)
✔ There are three vowel bearer letters used to carry vowel symbols after another vowel or at the beginning of a word

◎ Other symbols

There are two nasal symbols, ੰ (*Tippee*) and ਂ (*bindee*), representing either a nasalised vowel sound (pronounced through the mouth and the nose at the same time) or an *n*-like sound before another consonant sound (which can be *n* itself) as in *king*. Nasalised vowels in the 100 words are shown in the pronunciation guide by putting *ñ* after the vowel. Examples are:

ਗੰਦਾ	ਕੰਨ	ਬਾਂਦਰ	ਨਹੀਂ
gandaa	*kann*	*baañdar*	*naheeñ*
dirty	ear	monkey	no

There is also a Long Consonant symbol ˘ (*addʰak*) showing that the following letter is pronounced long or 'double'. Examples are:

ਹੱਟੀ	ਫੁੱਲ	ਵੱਡਾ	ਹੱਥ
haTTee	*pʰull*	*vaDDaa*	*hattʰ*
shop	flower	big	hand

◎ Pronunciation tips

Many Panjabi letters are pronounced in a similar way to their English equivalents. However, you should pay special attention to the following sounds:

kh (ਖ)	Pronounced like the Scottish 'ch' as in 'loch'.
raised ʰ, as in *kʰ* (ਖ)	Shows that the letter is pronounced with a strong puff of air, like the sound made breathing on glasses to clean them.
T (ਟ), *Tʰ* (ਠ), *D* (ਡ), *Dʰ* (ਢ), *N* (ਣ) and *R* (ੜ)	These letters, written in the pronunciations with a capital letter, are pronounced with the tongue curled back and the underside of the tongue touching the roof of the mouth.
gʰ (ਘ), *jʰ* (ਝ), *Dʰ* (ਢ), *dʰ* (ਧ) and *bʰ* (ਭ)	These letters have alternative pronunciations depending on where the speaker comes from. They can be pronounced with a strong puff of air or with a *tone* (pronouncing the word containing one of these letters with a raised or lowered pitch of voice). The rules are complicated, but for the 100 words we give both pronunciations. Low tone is represented with the 'grave' accent as in *kàr*, and the High Tone is represented with the 'acute' accent as in *káll*.
ਹ	Some words having the letter ਹ (sometimes written as ੍ਹ beneath another letter, as in ਕੱਲ੍ਹ) can also have a tone.

✔ There are two nasal symbols and a symbol to show a doubled letter, making a total of 54 letters and symbols (and one invisible symbol)

✔ Some aspects of Panjabi pronunciation are unfamiliar and need special attention

❶ AROUND THE HOME

Look at the pictures of things you might find in a house.
Tear out the flashcards for this topic.
Follow steps 1 and 2 of the plan in the introduction.

ਮੇਜ਼
mez

ਟੈਲੀਵਿਯਨ
Taileeviyan

ਖਿੜਕੀ
k^{h}iRkee

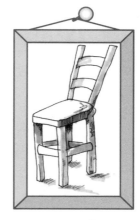

ਕੁਰਸੀ
kursee

ਸੋਫ਼ਾ *sofaa*

ਕੰਮਪਿਊਟਰ
kammpiooTar

ਟੈਲੀਫ਼ੋਨ
Taileefon

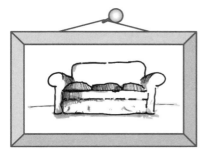

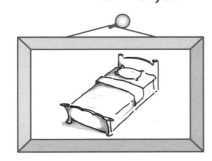

ਬਿਸਤਰਾ *bistraa*

ਫ਼ਰਿੱਜ
Frijj

ਅਲਮਾਰੀ
almaaree

ਚੁੱਲ੍ਹਾ
chúllaa

ਬੂਹਾ
boohaa

Match the pictures with the words, as in the example.

ਸੋਫ਼ਾ

ਬਿਸਤਰਾ

ਖਿੜਕੀ

ਮੇਜ਼

ਟੈਲੀਵਿਯਨ

ਕੰਮਪਿਊਟਰ

ਟੈਲੀਫ਼ੋਨ

ਕੁਰਸੀ

Now match the Panjabi household words to the English.

door

cupboard

stove

bed

table

chair

fridge

computer

ਬਿਸਤਰਾ

ਅਲਮਾਰੀ

ਕੁਰਸੀ

ਬੂਹਾ

ਕੰਮਪਿਊਟਰ

ਫ਼ਰਿੱਜ

ਮੇਜ਼

ਚੁੱਲ੍ਹਾ

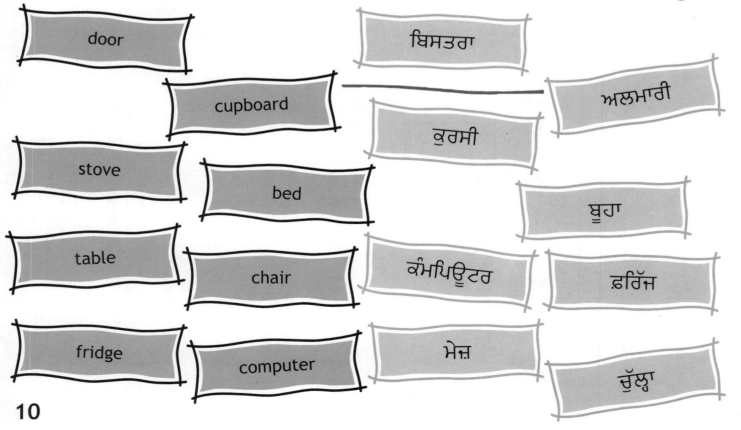

Match the words and their pronunciation.

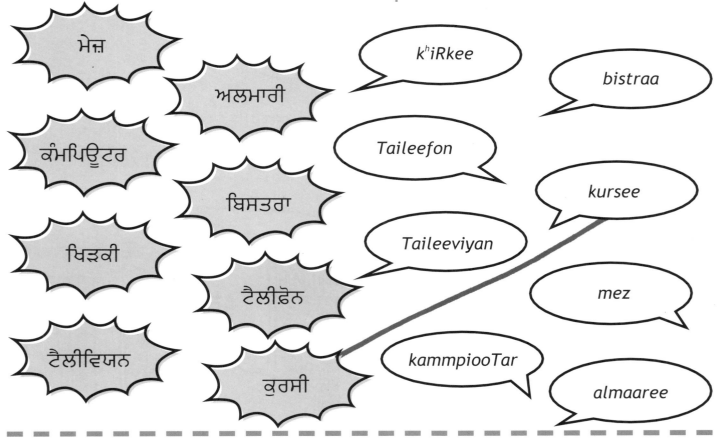

ਮੇਜ਼

ਅਲਮਾਰੀ

ਕੰਮਪਿਊਟਰ

ਬਿਸਤਰਾ

ਖਿੜਕੀ

ਟੈਲੀਫ਼ੋਨ

ਟੈਲੀਵਿਯਨ

ਕੁਰਸੀ

k^hiRkee

bistraa

Taileefon

kursee

Taileeviyan

mez

kammpiooTar

almaaree

See if you can find these words in the word square.

The words can run left to right, or top to bottom:

ਬਿਸਤਰਾ

ਚੁੱਲ੍ਹਾ

ਕੁਰਸੀ

ਫ਼ਰਿੱਜ

ਬੂਹਾ

ਸੋਫ਼ਾ

ਫ਼	ਰ	ਜ਼	ਕਾਂ	ਟ	ਕੁ	ਣ	ਸ਼
ਸੁ	ਰਾ	ਹੀ	ਕ	ਰ	ਰ	ਓ	ਜ਼
ਇ	ਕੁ	ਜ	ਬਿ	ਚੁ	ਸੀ	ਕਾਂ	ਕ
ਛੀ	ਬਿ	ਫ਼	ਰਿੱ	ਜ	ਣ	ਸੰ	ਰ
ਜਿ	ਗ	ਰਾ	ਤ	ਏ	ਚੁੱ	ਲ੍ਹਾ	ਵ
ਬਿ	ਸ	ਤ	ਰਾ	ਜ	ਲ੍ਹਾ	ਮ	ਟ
ਇੰ	ਗ	ਲੈਂ	ਡ	ਵੇ	ਲ	ਜ਼	ਸੋ
ਬੂ	ਹਾ	ਖੁੱ	ਲ੍ਹਾ	ਹ	ਜੋ	ਸ	ਫ਼ਾ

Decide where the household items should go. Then write the correct number in the picture, as in the example.

1. ਮੇਜ਼	2. ਕੁਰਸੀ	3. ਸੋਫ਼ਾ	4. ਟੈਲੀਵਿਯਨ
5. ਟੈਲੀਫ਼ੋਨ	6. ਬਿਸਤਰਾ	7. ਅਲਮਾਰੀ	8. ਚੁੱਲ੍ਹਾ
9. ਫ਼ਰਿੱਜ	10. ਕੰਮਪਿਊਟਰ	11. ਖਿੜਕੀ	12. ਬੂਹਾ

Now see if you can fill in the household word at the bottom of the page by choosing the correct Panjabi.

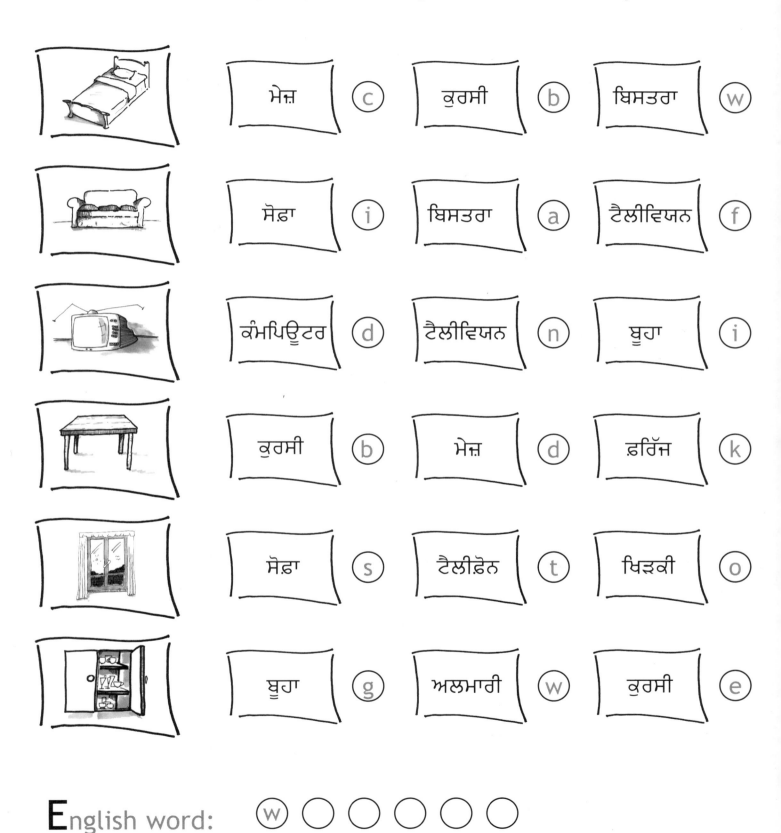

	ਮੇਜ਼	c	ਕੁਰਸੀ	b	ਬਿਸਤਰਾ	w
	ਸੋਫ਼ਾ	i	ਬਿਸਤਰਾ	a	ਟੈਲੀਵਿਯਨ	f
	ਕੰਮਪਿਊਟਰ	d	ਟੈਲੀਵਿਯਨ	n	ਬੂਹਾ	i
	ਕੁਰਸੀ	b	ਮੇਜ਼	d	ਫ਼ਰਿੱਜ	k
	ਸੋਫ਼ਾ	s	ਟੈਲੀਫ਼ੋਨ	t	ਖਿੜਕੀ	o
	ਬੂਹਾ	g	ਅਲਮਾਰੀ	w	ਕੁਰਸੀ	e

English word: (w) ( ) ( ) ( ) ( ) ( )

2 CLOTHES

Look at the pictures of different clothes.
Tear out the flashcards for this topic.
Follow steps 1 and 2 of the plan in the introduction.

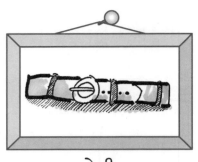

ਪੇਟੀ
peTee

ਸਵੈਟਰ
savaiTar

ਜੁਰਾਬ
juraab

ਕੱਛਾ
kachch^h^aa

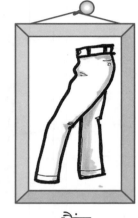

ਪੈਂਟ
paiñT

ਟੀ ਸ਼ਰਟ
Tee sharT

ਕੋਟ
koT

ਸਕੱਰਟ
skarT

ਡਰੈੱਸ
Draiss

ਟੋਪ *Top*

ਜੁੱਤੀ *juttee*

ਕਮੀਜ਼ *kameez*

Match the Panjabi words and their pronunciation.

ਡਰੈੱਸ

ਕੱਛਾ

ਜੁੱਤੀ

ਪੇਟੀ

ਕਮੀਜ਼

ਟੀ ਸ਼ਰਟ

ਟੋਪ

ਜੁਰਾਬ

Draiss

Tee sharT

kachch[h]aa

juraab

Top

kameez

peTee

juttee

See if you can find these clothes in the word square.

The words can run left to right, or top to bottom:

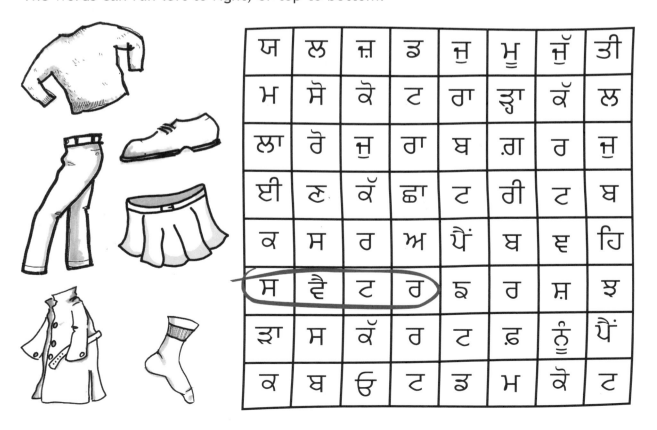

ਘ	ਲ	ਜ਼	ਡ	ਜੁ	ਮੂ	ਜੁੱ	ਤੀ
ਮ	ਸੋ	ਕੋ	ਟ	ਗਾ	ੜਾ	ਕੱ	ਲ
ਲਾ	ਰੋ	ਜੁ	ਰਾ	ਬ	ਗ਼	ਰ	ਜੁ
ਈ	ਣ	ਕੱ	ਛਾ	ਟ	ਰੀ	ਟ	ਬ
ਕ	ਸ	ਰ	ਅ	ਪੈਂ	ਬ	ਵ	ਹਿ
ਸ	ਵੈ	ਟ	ਰ	ਙ	ਰ	ਸ਼	ਝ
ੜਾ	ਸ	ਕੱ	ਰ	ਟ	ਫ਼	ਨੂੰ	ਪੈਂ
ਕ	ਬ	ੳ	ਟ	ਡ	ਮ	ਕੋ	ਟ

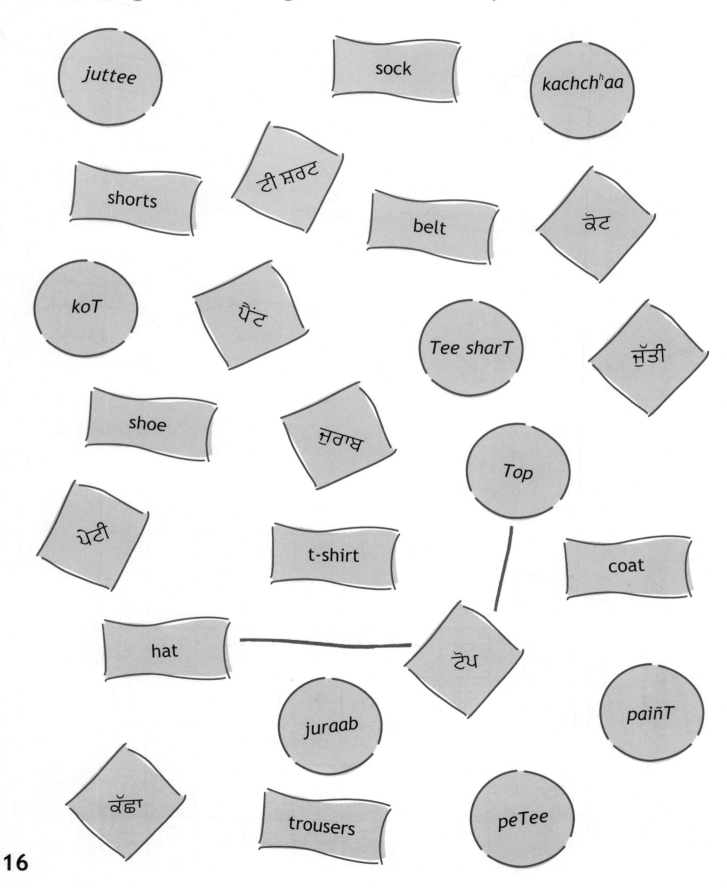

Now match the Panjabi words, their pronunciation, and the English meaning, as in the example.

juttee

sock

kachch^{h}aa

ਟੀ ਸ਼ਰਟ

shorts

belt

ਕੋਟ

koT

ਪੈਂਟ

Tee sharT

ਜੁੱਤੀ

shoe

ਜੁਰਾਬ

Top

ਪੇਟੀ

t-shirt

coat

hat

ਟੋਪ

juraab

paiñT

ਕੱਛਾ

trousers

peTee

Candy is going on vacation. Count how many of each type of clothing she is packing in her suitcase.

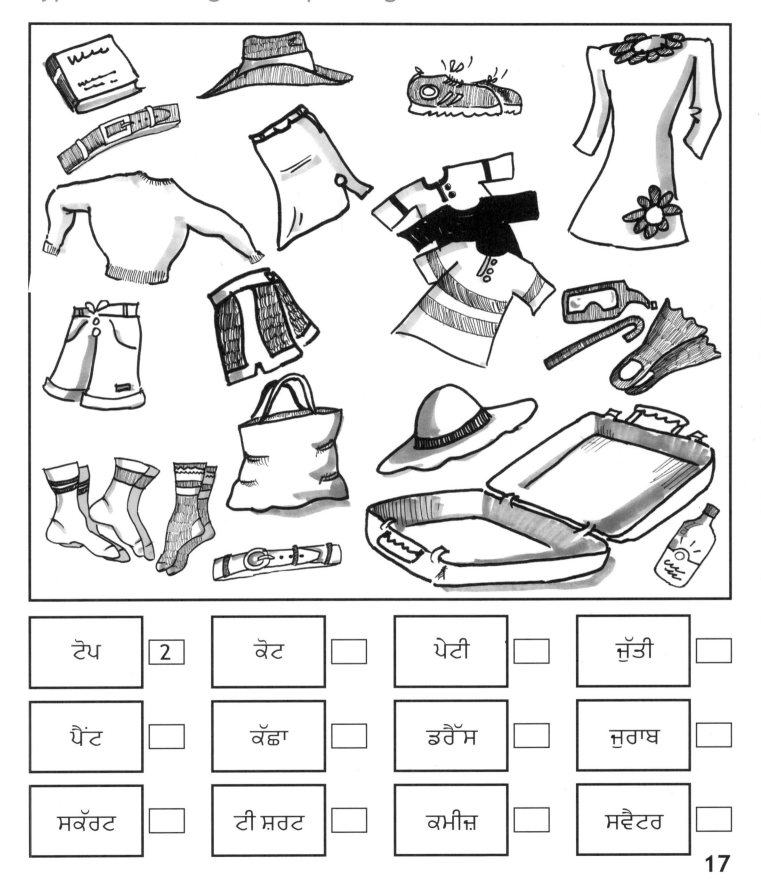

ਟੋਪ	2	ਕੋਟ		ਪੇਟੀ		ਜੁੱਤੀ	
ਪੈਂਟ		ਕੱਛਾ		ਡਰੈੱਸ		ਜੁਰਾਬ	
ਸਕੱਰਟ		ਟੀ ਸ਼ਰਟ		ਕਮੀਜ਼		ਸਵੈਟਰ	

Someone has ripped up the Panjabi words for clothes.
Can you join the two halves of the words, as the example?

18

❸ AROUND TOWN

Look at the pictures of things you might find around town.
Tear out the flashcards for this topic.
Follow steps 1 and 2 of the plan in the introduction.

ਹੋਟਲ *hoTal*

ਬਸ
bas

ਘਰ
gʰar (kàr)

ਕਾਰ
kaar

ਸਿਨਮਾ
sinmaa

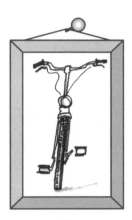

ਸਾਈਕਲ
saaeekal

ਰੇਲ ਗੱਡੀ
rel gaDDee

ਟੈਕਸੀ *Taiksee*

ਸਕੂਲ *sakool*

ਸੜਕ *saRak*

ਹੱਟੀ *haTTee*

ਰੈਸਟੋਰੈਂਟ
raisToraiñT

◎ **M**atch the Panjabi words to their English equivalents.

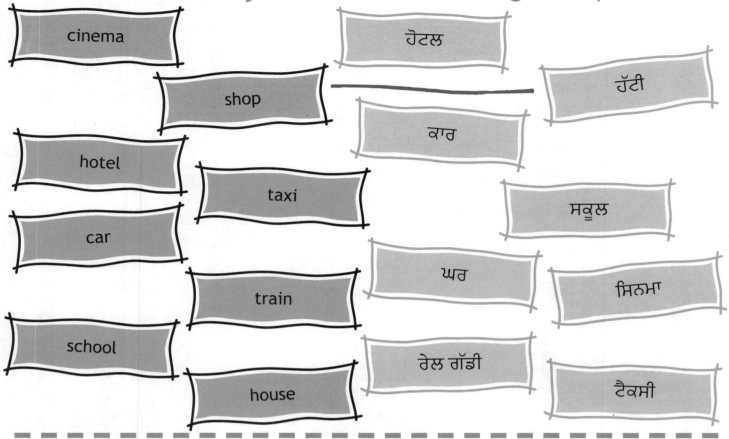

cinema | shop | hotel | car | taxi | train | school | house

ਹੋਟਲ | ਹੱਟੀ | ਕਾਰ | ਸਕੂਲ | ਘਰ | ਸਿਨਮਾ | ਰੇਲ ਗੱਡੀ | ਟੈਕਸੀ

◎ **N**ow put the English words in the same order as the Panjabi word chain, as in the example.

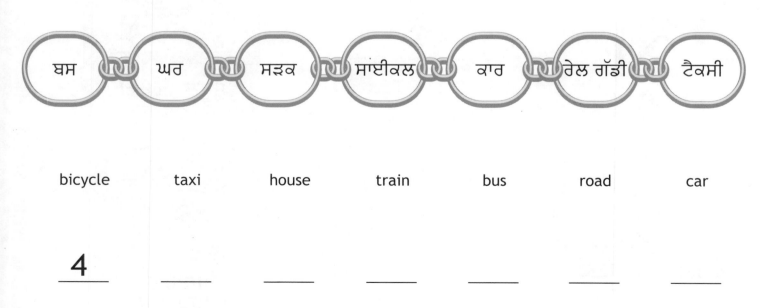

ਬਸ — ਘਰ — ਸੜਕ — ਸਾਈਕਲ — ਕਾਰ — ਰੇਲ ਗੱਡੀ — ਟੈਕਸੀ

bicycle   taxi   house   train   bus   road   car

4 ___   ___   ___   ___   ___   ___   ___

◎ **M**atch the words to the signs.

ਸਕੂਲ	ਕਾਰ	ਸਾਈਕਲ	ਬਸ
ਰੈਸਟੋਰੈਂਟ	ਰੇਲ ਗੱਡੀ	ਹੋਟਲ	ਟੈਕਸੀ

Now choose the Panjabi word that matches the picture to fill in the English word at the bottom of the page.

	ਟੈਕਸੀ	c	ਕਾਰ	f	ਘਰ	s
	ਸੜਕ	c	ਸਕੂਲ	a	ਬਸ	k
	ਰੇਲ ਗੱਡੀ	h	ਕਾਰ	e	ਰੈਸਟੋਰੈਂਟ	u
	ਘਰ	b	ਸਾਈਕਲ	o	ਰੇਲ ਗੱਡੀ	w
	ਸਕੂਲ	o	ਸੜਕ	h	ਹੋਟਲ	s
	ਹੋਟਲ	r	ਹੱਟੀ	g	ਸਿਨਮਾ	l

English word: (s) ( ) ( ) ( ) ( ) ( )

Now match the Panjabi words to their pronunciation.

ਬਸ

ਟੈਕਸੀ

ਸਕੂਲ

ਕਾਰ

ਹੋਟਲ

ਘਰ

ਸਾਈਕਲ

ਰੇਲ ਗੱਡੀ

ਹੱਟੀ

ਸਿਨਮਾ

ਰੈਸਟੋਰੈਂਟ

ਸੜਕ

g^{h}ar (kàr)

bas

rel gaDDee

raisToraiñT

haTTee

sakool

Taiksee

sinmaa

saRak

hoTal

kaar

saaeekal

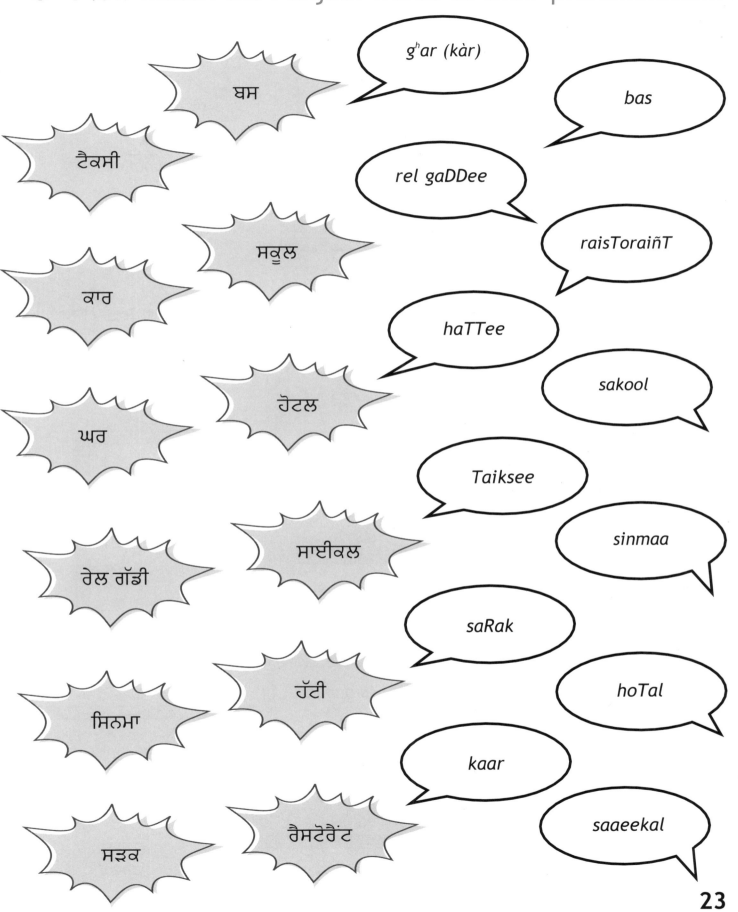

④ COUNTRYSIDE

Look at the pictures of features you might find in the countryside.
Tear out the flashcards for this topic.
Follow steps 1 and 2 of the plan in the introduction.

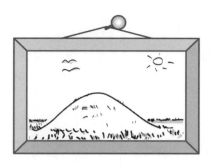

ਪਹਾੜੀ
pahaaRee

ਪੁਲ
pul

ਫ਼ਾਰਮ
faarm

ਪਹਾੜ
pahaaR

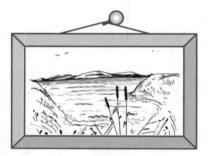

ਝੀਲ
jʰeel (chèel)

ਪੇੜ
peR

ਫੁੱਲ
pʰull

ਦਰਿਆ *dariaa*

ਸਮੁੰਦਰ *samundar*

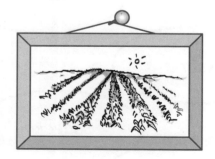

ਖੇਤ *kʰet*

ਰੇਗਿਸਤਾਨ
registaan

ਜੰਗਲ
jangal

24

Can you match all the countryside words to the pictures.

ਪਹਾੜ

ਫ਼ਾਰਮ

ਸਮੁੰਦਰ

ਜੰਗਲ

ਰੇਗਿਸਤਾਨ

ਪਹਾੜੀ

ਝੀਲ

ਪੁਲ

ਦਰਿਆ

ਫੁੱਲ

ਪੇੜ

ਖੇਤ

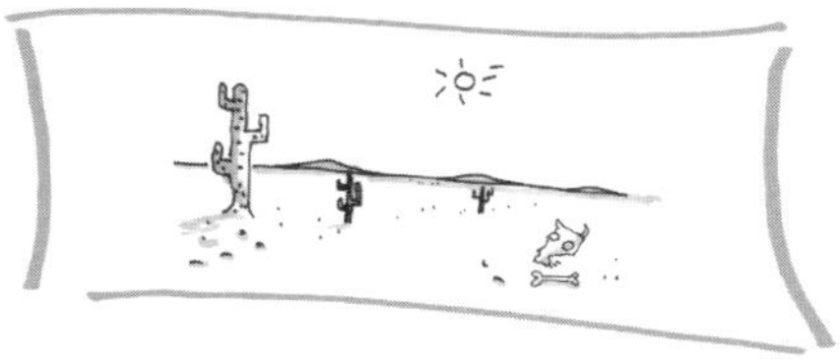

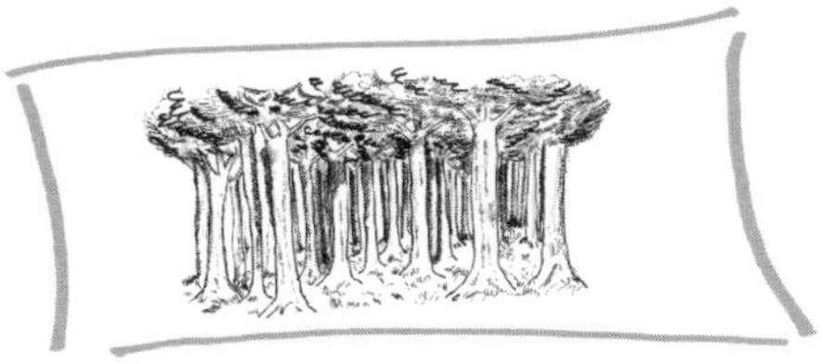

◎ **N**ow tick (✔) the features you can find in this landscape.

ਪੁਲ	✔	ਪੇੜ	☐	ਰੇਗਿਸਤਾਨ	☐	ਪਹਾੜੀ	☐
ਪਹਾੜ	☐	ਸਮੁੰਦਰ	☐	ਖੇਤ	☐	ਜੰਗਲ	☐
ਝੀਲ	☐	ਦਰਿਆ	☐	ਫੁੱਲ	☐	ਫ਼ਾਰਮ	☐

Match the Panjabi words and their pronunciation.

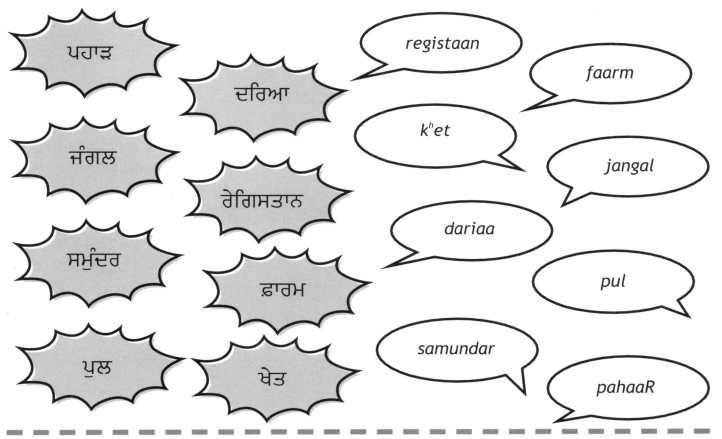

ਪਹਾੜ

ਦਰਿਆ

ਜੰਗਲ

ਰੇਗਿਸਤਾਨ

ਸਮੁੰਦਰ

ਫ਼ਾਰਮ

ਪੁਲ

ਖੇਤ

registaan

faarm

k^{h}et

jangal

dariaa

pul

samundar

pahaaR

See if you can find these words in the word square.

The words can run left to right, or top to bottom.

ਪਹਾੜੀ

ਪੇੜ

ਫ਼ਾਰਮ

ਫੁੱਲ

ਪੁਲ

ਝੀਲ

ਲ	ਮ	ਕ	ਗ	ਪ	ਕੌ	ੜਾ	ਸ
ਰ	ਪ	ਜੰ	ਪੁ	ਲ	ਗ	ਸ਼	ਫ਼ਾ
ਫੁ	ਲ	ਕਾ	ਪੇ	ੜਾ	ਬ	ਫ਼	ਰ
ਤ	ਪੁ	ਰ	ਸ਼	ਇ	ਢ	ਜ਼	ਮ
ਟ	ਰੇ	ਲੂ	ਣ	ਥ	ਫੁੱ	ਫੀ	ਪੇ
ਪ	ਹਾ	ੜੀ	ਤਾ	ਝੀ	ਲ	ਬ	ੜ
ੲ	ਧ	ਫ਼ਾ	ਰ	ਸੀ	ਵ	ਹ	ਝ
ਢ	ਭ	ਘ	ਝੀ	ਥ	ਬੰ	ਦਾ	ਥੂ

Finally, test yourself by joining the Panjabi words, their pronunciation, and the English meanings, as in the example.

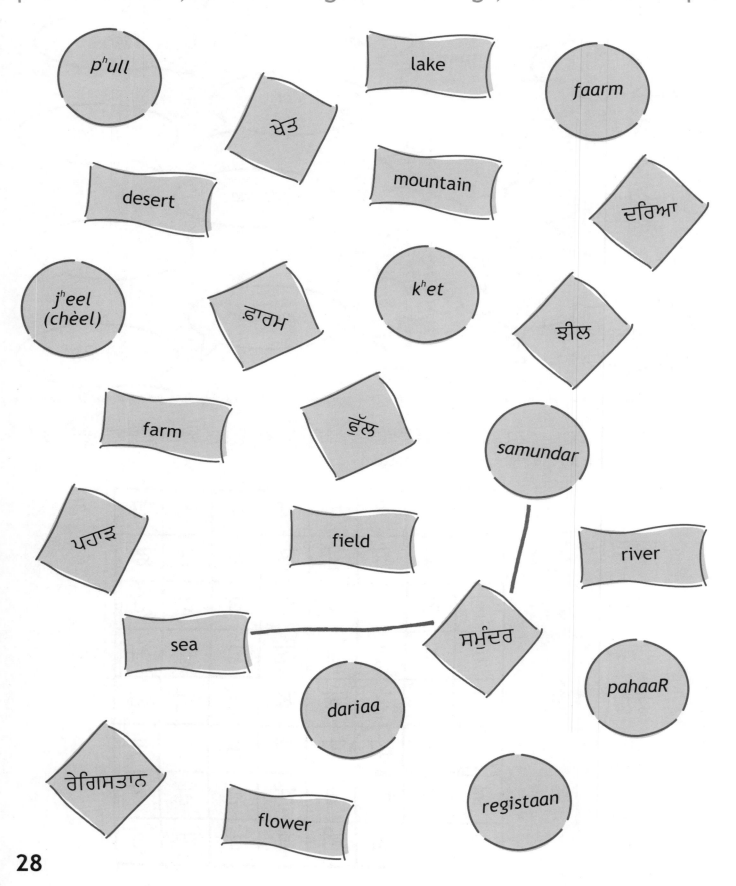

- *pʰull*
- lake
- *faarm*
- ਖੇਤ
- desert
- mountain
- ਦਰਿਆ
- *jʰeel (chèel)*
- ਫ਼ਾਰਮ
- *kʰet*
- ਝੀਲ
- farm
- ਫੁੱਲ
- *samundar*
- ਪਹਾੜ
- field
- river
- sea
- ਸਮੁੰਦਰ
- *pahaaR*
- *dariaa*
- ਰੇਗਿਸਤਾਨ
- flower
- *registaan*

⑤ OPPOSITES

Look at the pictures.
Tear out the flashcards for this topic.
Follow steps 1 and 2 of the plan in the introduction.

ਗੰਦਾ
gandaa

ਸਾਫ਼
saaf

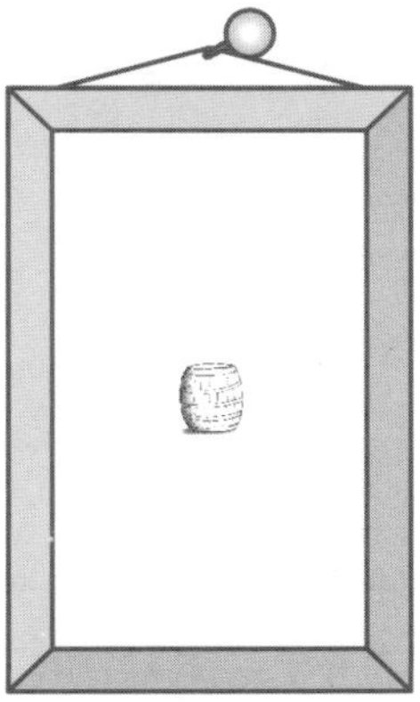

ਛੋਟਾ
ch^hoTaa

ਵੱਡਾ
vaDDaa

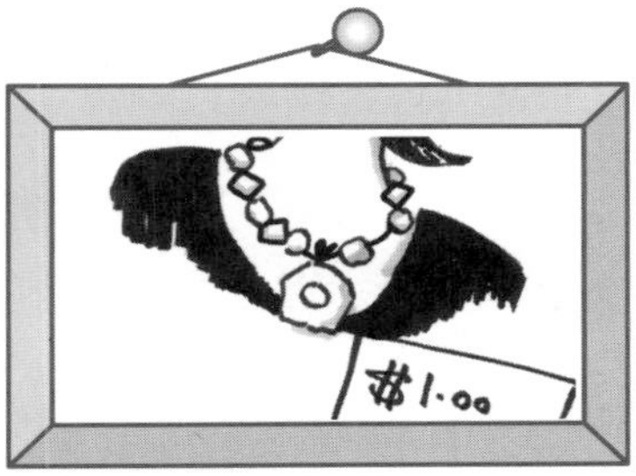

ਸਸਤਾ
sastaa

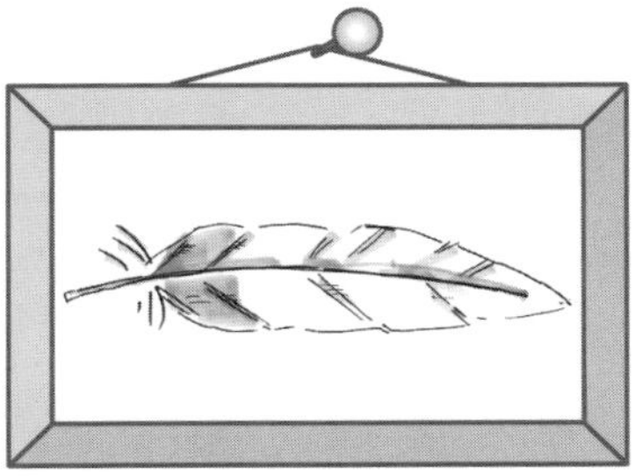

ਹਲਕਾ *halkaa*

ਹੌਲੀ *haulee*

ਮਹਿੰਗਾ
máiñgaa

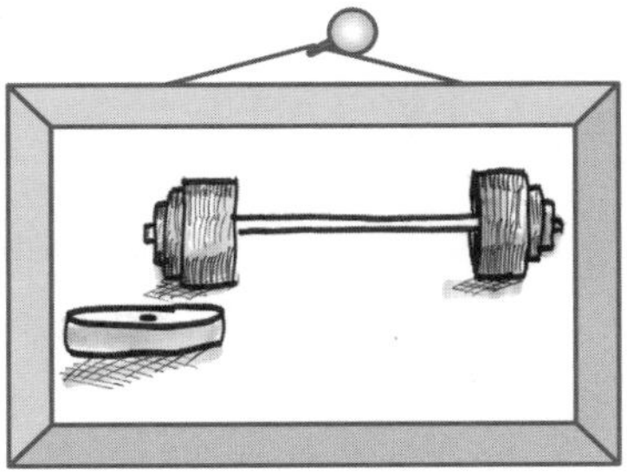

ਭਾਰਾ
b^haaraa (pàaraa)

ਤੇਜ਼ *tez*

ਪੁਰਾਣਾ *puraaNaa*

ਨਵਾਂ *navaañ*

Join the Panjabi words to their English equivalents.

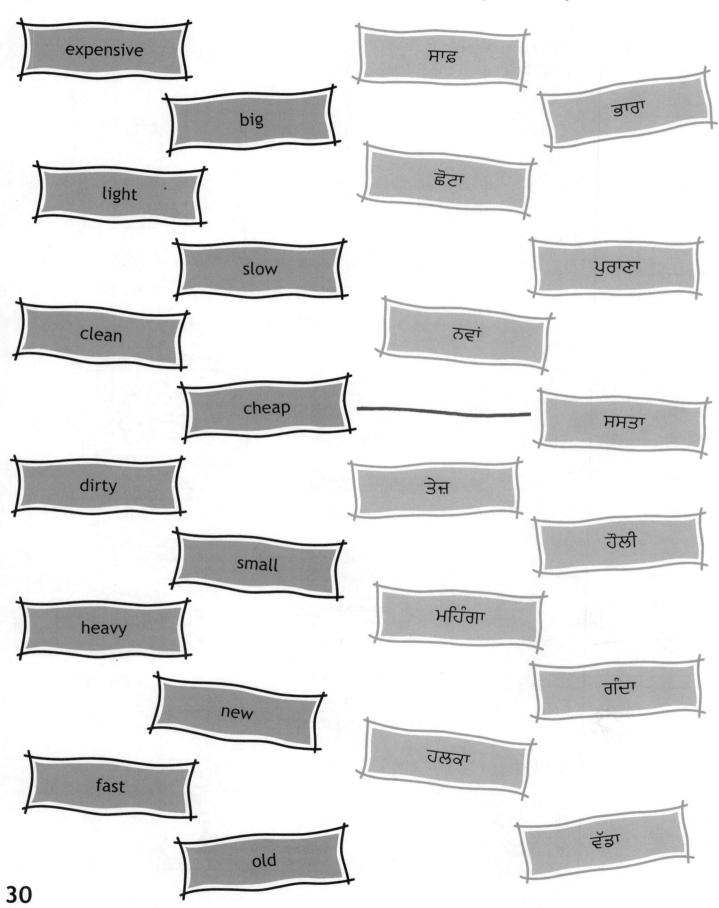

English	Panjabi
expensive	ਸਾਫ਼
big	ਭਾਰਾ
light	ਛੋਟਾ
slow	ਪੁਰਾਣਾ
clean	ਨਵਾਂ
cheap	ਸਸਤਾ
dirty	ਤੇਜ਼
small	ਹੌਲੀ
heavy	ਮਹਿੰਗਾ
new	ਗੰਦਾ
fast	ਹਲਕਾ
old	ਵੱਡਾ

◎ **N**ow choose the Panjabi word that matches the picture to fill in the English word at the bottom of the page.

ਤੇਜ਼ ⓒ	ਹੌਲੀ ⓣ	ਸਾਫ਼ ⓗ
ਨਵਾਂ ⓓ	ਸਸਤਾ ⓐ	ਗੰਦਾ ⓗ
ਵੱਡਾ ⓡ	ਭਾਰਾ ⓐ	ਛੋਟਾ ⓤ
ਮਹਿੰਗਾ ⓟ	ਸਸਤਾ ⓝ	ਨਵਾਂ ⓞ
ਨਵਾਂ ⓡ	ਹਲਕਾ ⓒ	ਛੋਟਾ ⓖ
ਸਾਫ਼ ⓜ	ਪੁਰਾਣਾ ⓝ	ਹੌਲੀ ⓔ

English word:　◯ ◯ ◯ ◯ ◯ ◯

Find the odd one out in these groups of words.

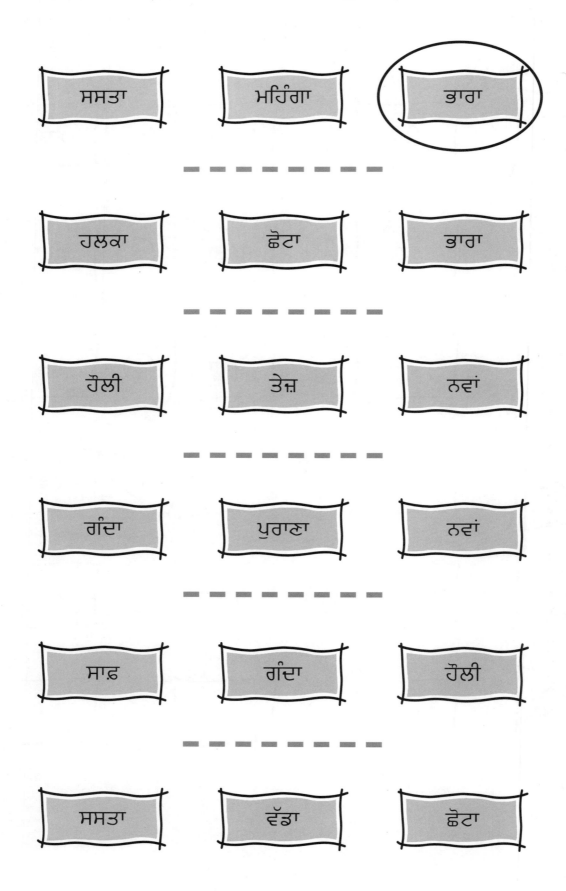

ਸਸਤਾ	ਮਹਿੰਗਾ	(ਭਾਰਾ)
ਹਲਕਾ	ਛੋਟਾ	ਭਾਰਾ
ਹੌਲੀ	ਤੇਜ਼	ਨਵਾਂ
ਗੰਦਾ	ਪੁਰਾਣਾ	ਨਵਾਂ
ਸਾਫ਼	ਗੰਦਾ	ਹੌਲੀ
ਸਸਤਾ	ਵੱਡਾ	ਛੋਟਾ

Finally, join the English words to their Panjabi opposites, as in the example.

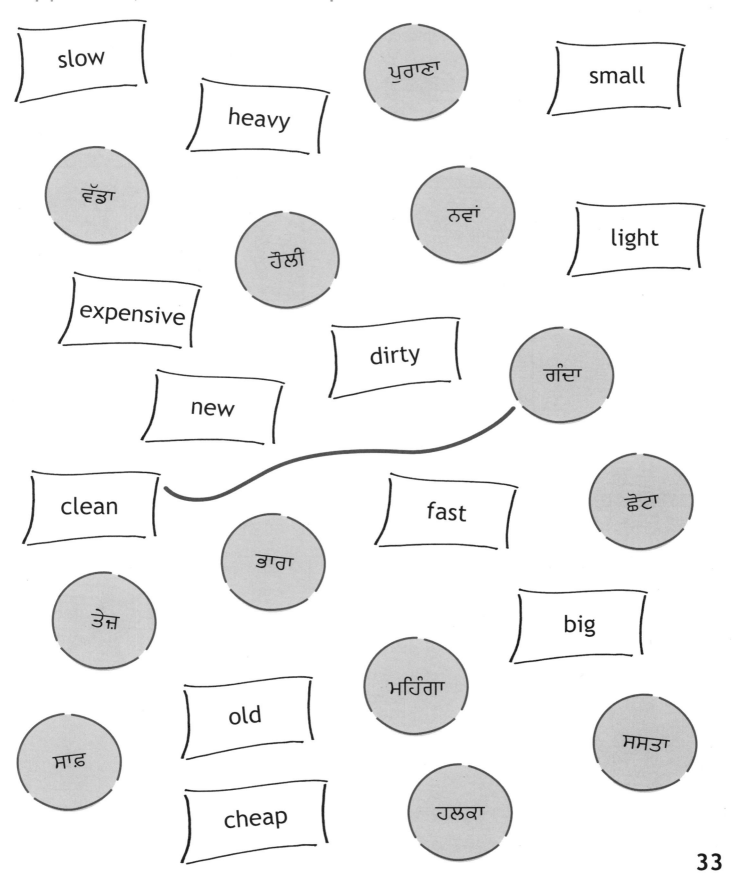

slow

ਪੁਰਾਣਾ

small

heavy

ਵੱਡਾ

ਨਵਾਂ

light

ਹੌਲੀ

expensive

dirty

ਗੰਦਾ

new

clean

fast

ਛੋਟਾ

ਭਾਰਾ

ਤੇਜ਼

big

ਮਹਿੰਗਾ

old

ਸਸਤਾ

ਸਾਫ਼

cheap

ਹਲਕਾ

6 ANIMALS

Look at the pictures.
Tear out the flashcards for this topic.
Follow steps 1 and 2 of the plan in the introduction.

ਬੱਤਖ਼ *battakh*

ਹਾਥੀ
haat^{h}ee

ਬਿੱਲੀ
billee

ਕੁੱਤਾ
kuttaa

ਖ਼ਰਗੋਸ਼
khargosh

ਬਾਂਦਰ
baañdar

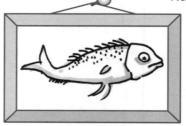

ਮੱਛੀ *machch^{h}ee*

ਭੇਡ *b^{h}eD (pèD)*

ਚੂਹਾ *choohaa*

ਗਾਂ *gaañ*

ਘੋੜਾ
g^{h}oRaa (kòRaa)

ਸ਼ੇਰ
sher

Match the animals to their associated pictures, as in the example.

ਖ਼ਰਗੋਸ਼

ਘੋੜਾ

ਬਾਂਦਰ

ਬਿੱਲੀ

ਭੇਡ

ਚੂਹਾ

ਕੁੱਤਾ

ਸ਼ੇਰ

ਗਾਂ

ਮੱਛੀ

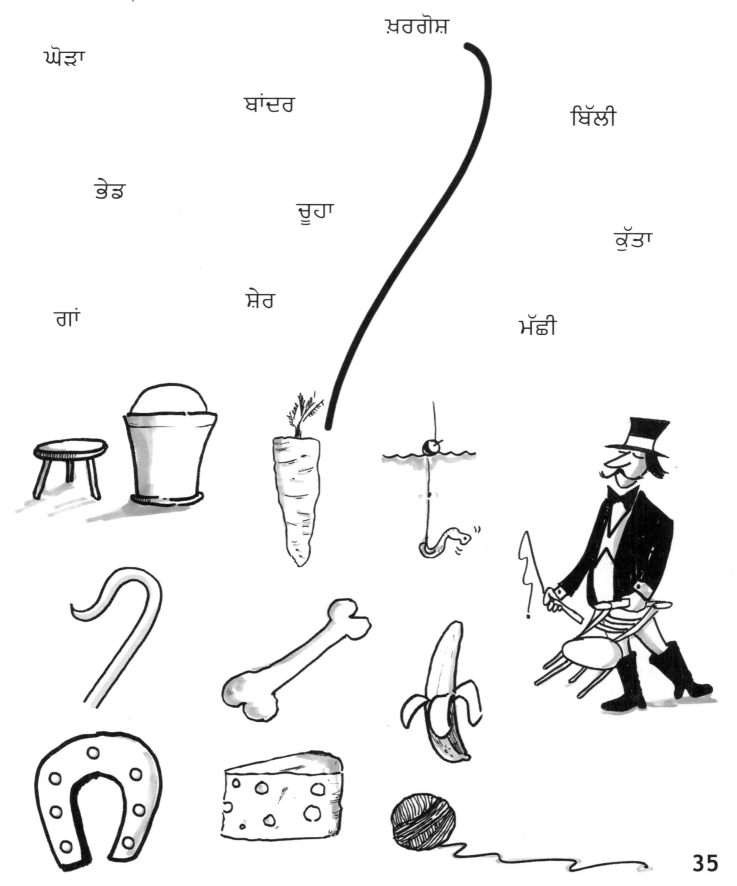

Now match the Panjabi words to their pronunciation.

ਖ਼ਰਗੋਸ਼

ਘੋੜਾ

ਬਾਂਦਰ

ਕੁੱਤਾ

ਬਿੱਲੀ

ਚੂਹਾ

ਬੱਤਖ਼

ਮੱਛੀ

ਸ਼ੇਰ

ਭੇਡ

ਗਾਂ

ਹਾਥੀ

battakh

gaañ

machch^{h}*ee*

khargosh

sher

kuttaa

haat^{h}*ee*

b^{h}*eD (pèD)*

g^{h}*oRaa (kòRaa)*

billee

choohaa

baañdar

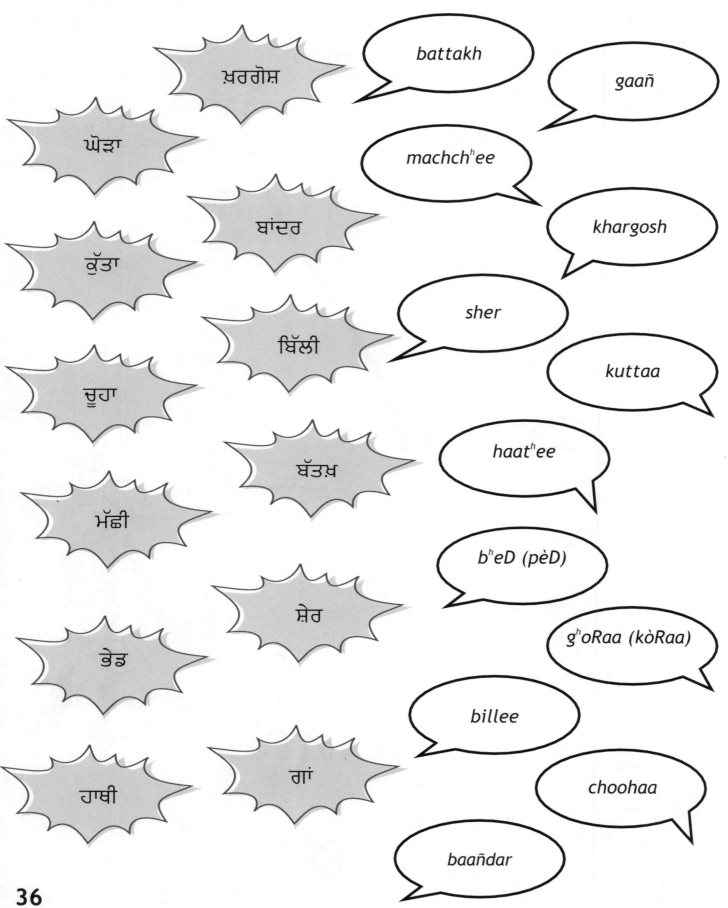

Tick (✔) the animal words you can find in the word pile.

ਝੀਲ

ਬਿੱਲੀ

ਹੌਲੀ

ਕਾਰ

ਖ਼ਰਗੋਸ਼

ਹਾਥੀ

ਭੇਡ

ਬਿਸਤਰਾ

ਭਾਰਾ

ਹੱਟੀ

ਸਿਨਮਾ

ਜੁੱਤੀ

ਪਹਾੜੀ

ਸ਼ੇਰ

ਗਾਂ

ਮੱਛੀ

✔			

37

Join the Panjabi animals to their English equivalents.

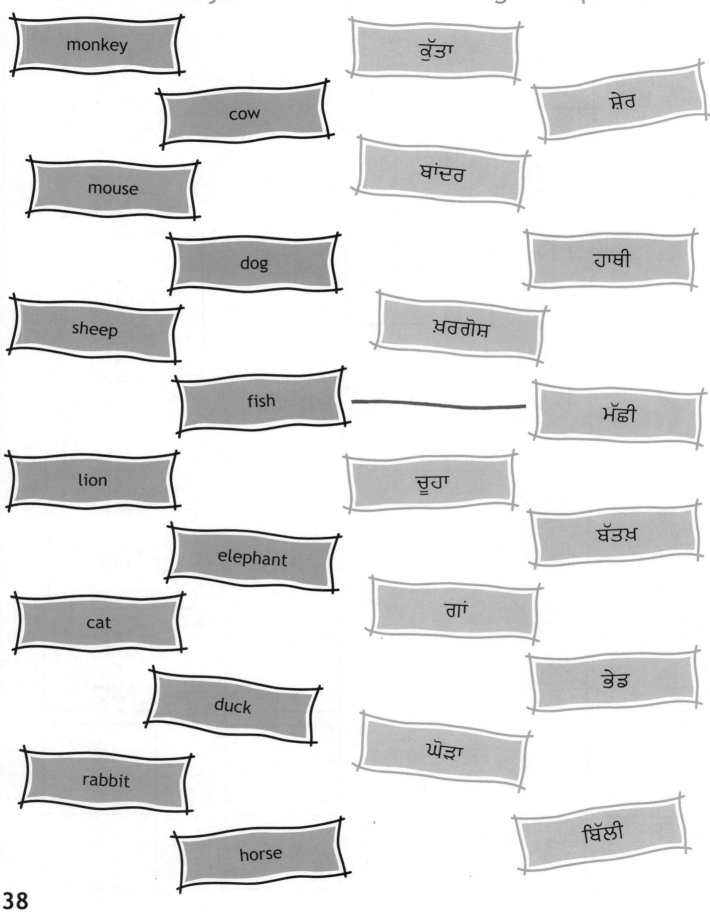

monkey

cow

mouse

dog

sheep

fish

lion

elephant

cat

duck

rabbit

horse

ਕੁੱਤਾ

ਸ਼ੇਰ

ਬਾਂਦਰ

ਹਾਥੀ

ਖ਼ਰਗੋਸ਼

ਮੱਛੀ

ਚੂਹਾ

ਬੱਤਖ਼

ਗਾਂ

ਭੇਡ

ਘੋੜਾ

ਬਿੱਲੀ

⑦ PARTS OF THE BODY

Look at the pictures of parts of the body.
Tear out the flashcards for this topic.
Follow steps 1 and 2 of the plan in the introduction.

ਉਂਗਲੀ
ungalee

ਸਿਰ
sir

ਬਾਂਹ
báañ

ਅੱਖ *akk^h*

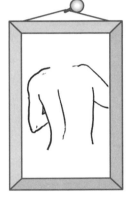

ਪਿੱਠ
piTT^h

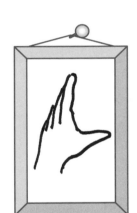

ਹੱਥ
hatt^h

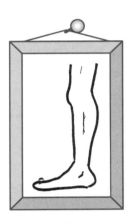

ਲੱਤ
latt

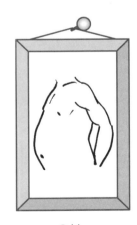

ਢਿੱਡ
D^hiDD (TiDD)

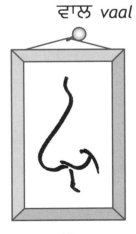

ਵਾਲ *vaal*

ਮੂੰਹ
móoñ

ਕੰਨ
kann

ਨੱਕ
nakk

39

Someone has ripped up the Panjabi words for parts of the body. Can you join the two halves of the word again?

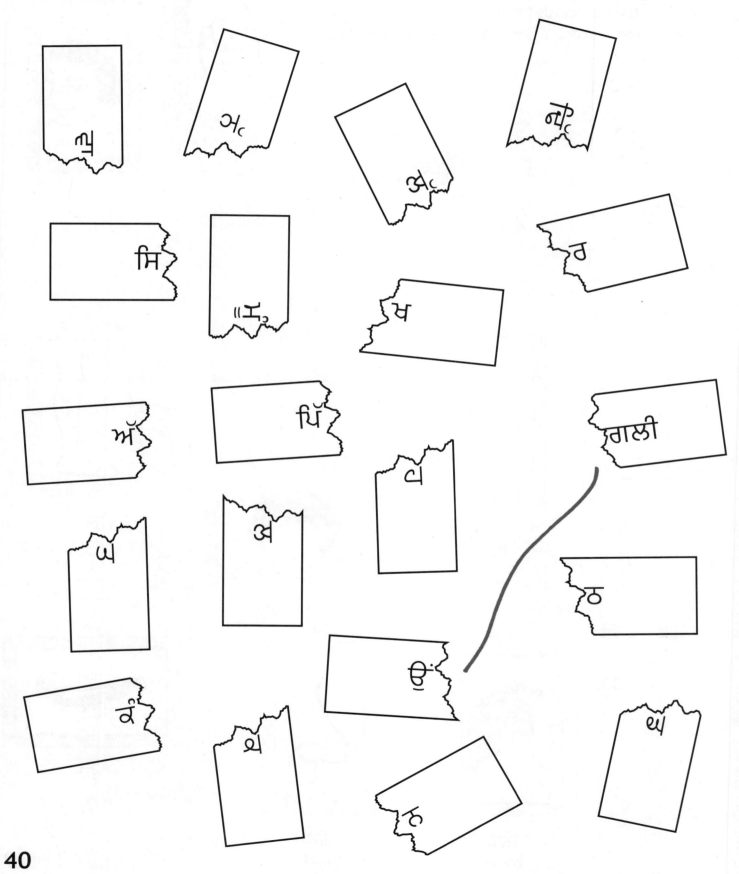

See if you can find and circle six parts of the body in the word square, then draw them in the boxes below.

ੳ	ਸ	ਹ	ਕਿ	ਚ	ਜ	ਡ	ਸ਼
ਕ	ਲੱ	ਤ	ਵ	ਵ	ਝ	ਖ਼ੁ	ਜ਼
ਵਾ	ਲੀ	ਝ	ਦੋ	ਮੂੰ	ਵ	ਸ਼ੇ	ਰ
ੲ	ਵ	ਟੂ	ਧੱ	ਹ	ਅ	ਖ	ਸ
ਘ	ਣੀ	ਨ	ਯ	ਬਿ	ਜ	ਲੀ	ਵਾ
ਠ	ਤ	ਰਿ	ਕੰ	ਨ	ਮ	ਕ	ਲ
ਢੋ	ਅੱ	ਖ	ਲ	ਸ਼	ਕ	ਰ	ਈ
ਛ	ਥ	ਨੱ	ਕ	ਲਿ	ਆ	ਕੰ	ਮ

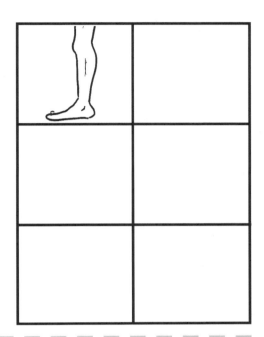

Now match the Panjabi to the pronunciation.

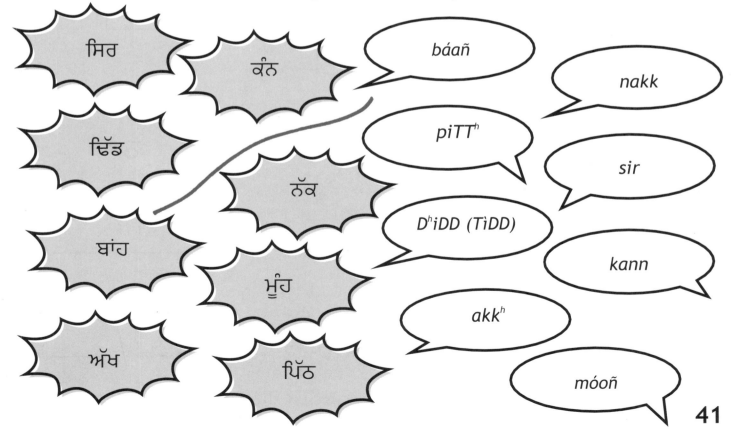

ਸਿਰ

ਕੰਨ

ਢਿੱਡ

ਨੱਕ

ਬਾਂਹ

ਮੂੰਹ

ਅੱਖ

ਪਿੱਠ

báañ

nakk

piTT^h

sir

D^{h}iDD (TiDD)

kann

akk^h

móoñ

◎ Label the body with the correct number, and write the pronunciation next to the words.

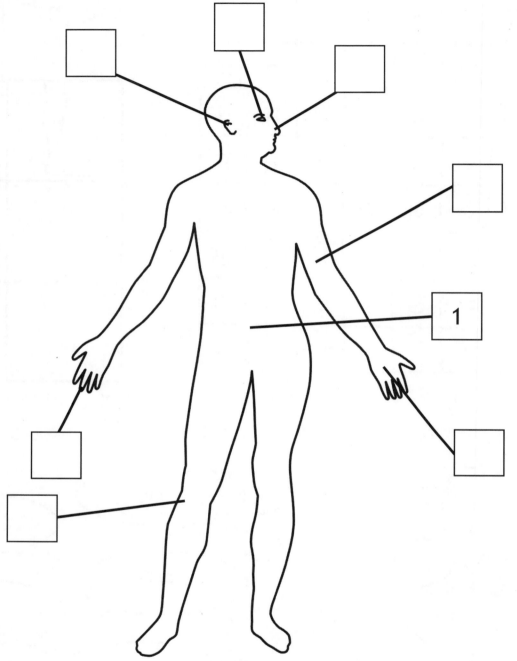

1 ਢਿੱਡ   *DʰiDD (TìDD)*   2 ਬਾਂਹ   _____

3 ਨੱਕ   _____   4 ਹੱਥ   _____

5 ਕੰਨ   _____   6 ਲੱਤ   _____

7 ਅੱਖ   _____   8 ਉਂਗਲੀ   _____

Finally, match the Panjabi words, their pronunciation, and the English meanings, as in the example.

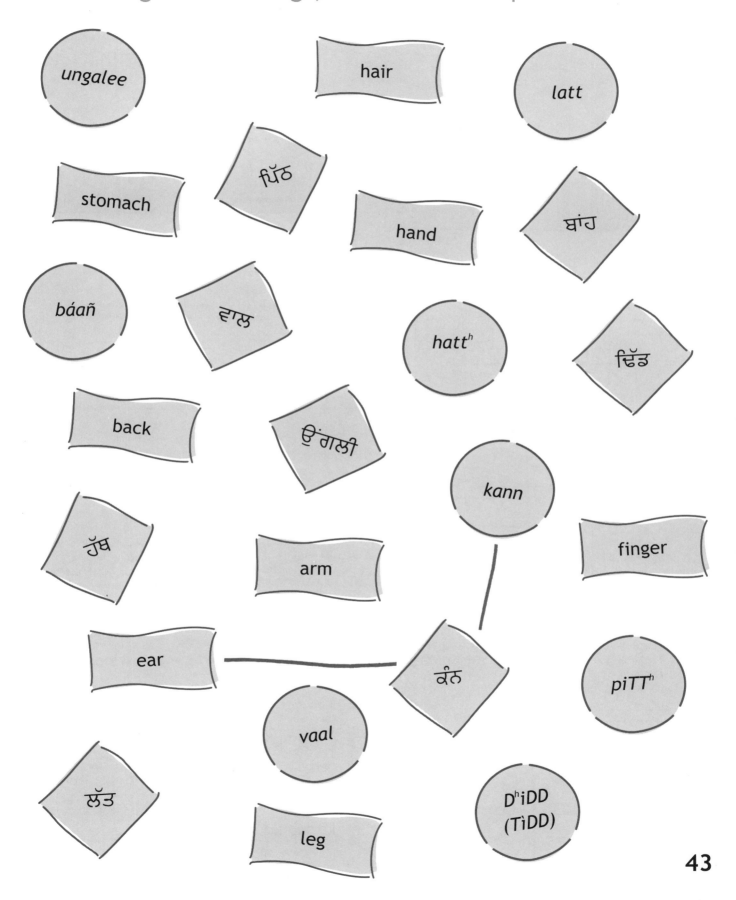

ungalee

hair

latt

ਪਿੱਠ

stomach

hand

ਬਾਂਹ

báañ

ਵਾਲ

hatt^h

ਢਿੱਡ

back

ਉਂਗਲੀ

kann

ਹੱਥ

arm

finger

ear

ਕੰਨ

piTT^h

vaal

ਲੱਤ

leg

D^{h}iDD (TiDD)

❽ USEFUL EXPRESSIONS

Look at the pictures.
Tear out the flashcards for this topic.
Follow steps 1 and 2 of the plan in the introduction.

ਕਿੱਥੇ? *kittʰe*

ਨਹੀਂ
naheeñ

ਹਾਂ
haañ

ਹੈਲੋ *hailo*

ਅਲਵਿਦਾ
alvidaa

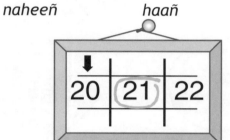

ਕੱਲ੍ਹ
káll

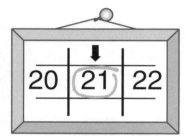

ਅੱਜ
ajj

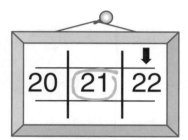

ਕੱਲ੍ਹ
káll

ਇੱਥੇ
ittʰe

ਉੱਥੇ *uttʰe*

ਹੁਣ *huN*

ਕਿੰਨਾ?
kinnaa

ਮਾਫ਼ ਕਰਨਾ *maaf karnaa*

ਵਾਹ!
vaah (váa)

ਕਿਰਪਾ ਕਰਕੇ

kirpaa karke

ਧੰਨਵਾਦ
dʰannvaad
(tànnvaad)

Match the Panjabi words to their English equivalents.

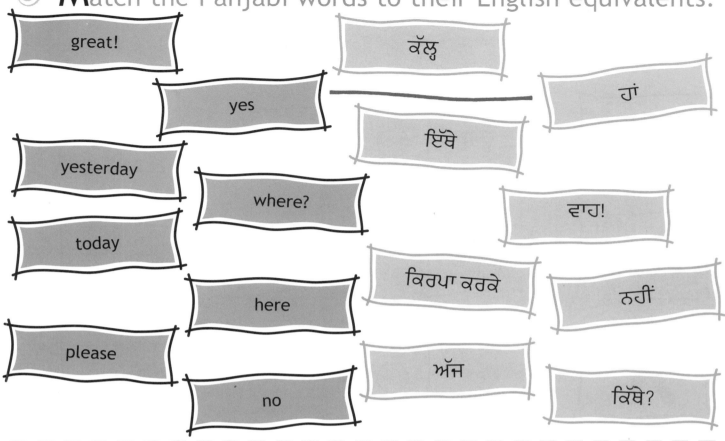

great!

ਕੱਲ੍ਹ

yes

ਹਾਂ

ਇੱਥੇ

yesterday

where?

ਵਾਹ!

today

ਕਿਰਪਾ ਕਰਕੇ

here

ਨਹੀਂ

please

ਅੱਜ

no

ਕਿੱਥੇ?

Now match the Panjabi to the pronunciation.

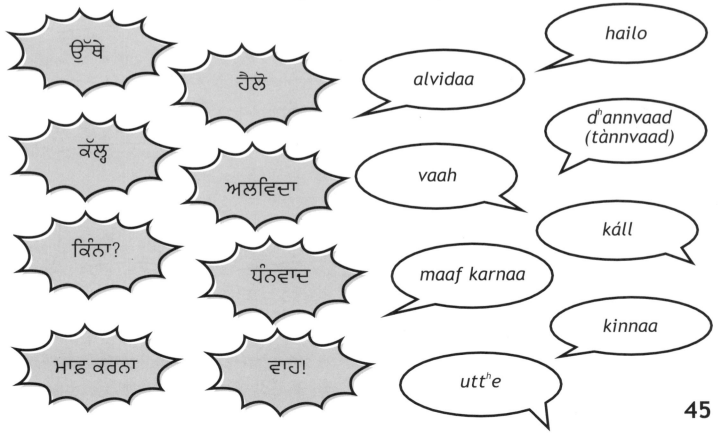

ਉੱਥੇ

ਹੈਲੋ

ਕੱਲ੍ਹ

ਅਲਵਿਦਾ

ਕਿੰਨਾ?

ਧੰਨਵਾਦ

ਮਾਫ਼ ਕਰਨਾ

ਵਾਹ!

hailo

alvidaa

d^hannvaad (tànnvaad)

vaah

káll

maaf karnaa

kinnaa

utt^{h}e

Choose the Panjabi word that matches the picture to fill in the English word at the bottom of the page.

ਉੱਥੇ (p)	ਨਹੀਂ (c)	ਹਾਂ (t)

ਧੰਨਵਾਦ (j)	ਮਾਫ਼ ਕਰਨਾ (a)	ਕਿਰਪਾ ਕਰਕੇ (l)

ਹਾਂ (m)	ਨਹੀਂ (e)	ਅੱਜ (i)

ਉੱਥੇ (b)	ਹੈਲੋ (a)	ਕਿਰਪਾ ਕਰਕੇ (x)

ਕਿੱਥੇ (s)	ਵਾਹ (h)	ਕੱਲ੍ਹ (t)

ਹੈਲੋ (b)	ਨਹੀਂ (y)	ਹਾਂ (e)

English word: (p) ( ) ( ) ( ) ( ) ( )

What are these people saying? Write the correct number in each speech bubble, as in the example.

1. ਹੈਲੋ   2. ਕਿਰਪਾ ਕਰਕੇ   3. ਹਾਂ   4. ਨਹੀਂ

5. ਇੱਥੇ   6. ਮਾਫ਼ ਕਰਨਾ   7. ਕਿੱਥੇ?   8. ਕਿੰਨਾ?

Finally, match the Panjabi words, their pronunciation, and the English meanings, as in the example.

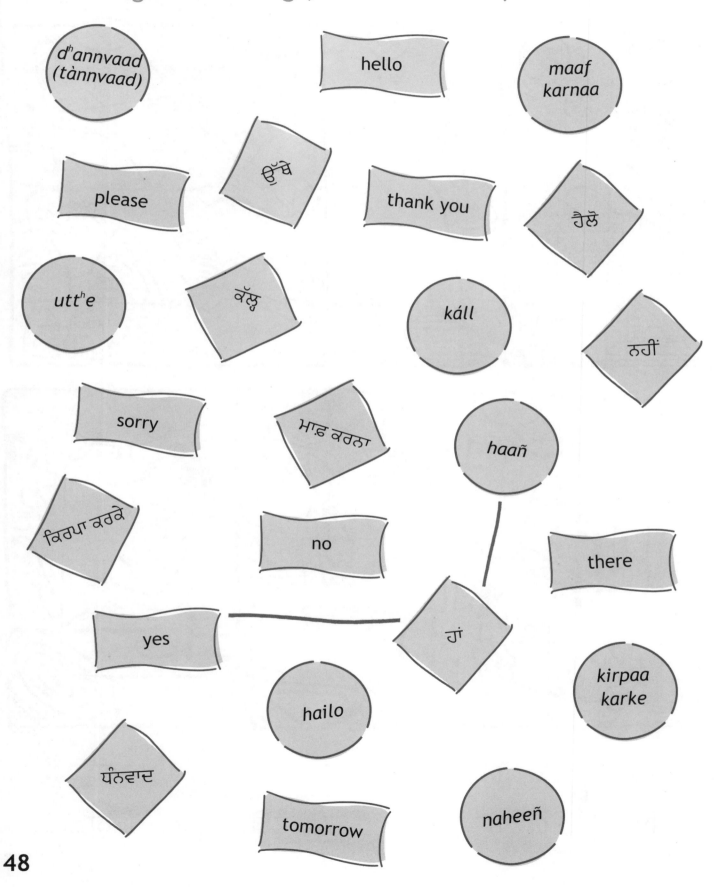

d^{h}annvaad (tànnvaad)

hello

maaf karnaa

ਉੱਥੇ

please

thank you

ਹੈਲੋ

utt^{h}e

ਕੱਲ੍ਹ

káll

ਨਹੀਂ

sorry

ਮਾਫ਼ ਕਰਨਾ

haañ

ਕਿਰਪਾ ਕਰਕੇ

no

there

yes

ਹਾਂ

kirpaa karke

hailo

ਧੰਨਵਾਦ

tomorrow

naheeñ

● ROUND-UP

This section is designed to review all the 100 words you have met in the different topics. It is a good idea to test yourself with your flashcards before trying this section.

These ten objects are in the picture. Can you find and circle them?

ਬੂਹਾ	ਫੁੱਲ	ਬਿਸਤਰਾ	ਕੋਟ	ਟੋਪ
ਸਾਈਕਲ	ਕੁਰਸੀ	ਕੁੱਤਾ	ਮੱਛੀ	ਜੁਰਾਬ

See if you can remember all these words.

ਅੱਜ

ਬਸ

ਤੇਜ਼

ਨੱਕ

ਰੇਗਿਸਤਾਨ

ਹਾਂ

ਅਲਮਾਰੀ

ਸ਼ੇਰ

ਡਰੈੱਸ

ਸਸਤਾ

ਦਰਿਆ

ਲੱਤ

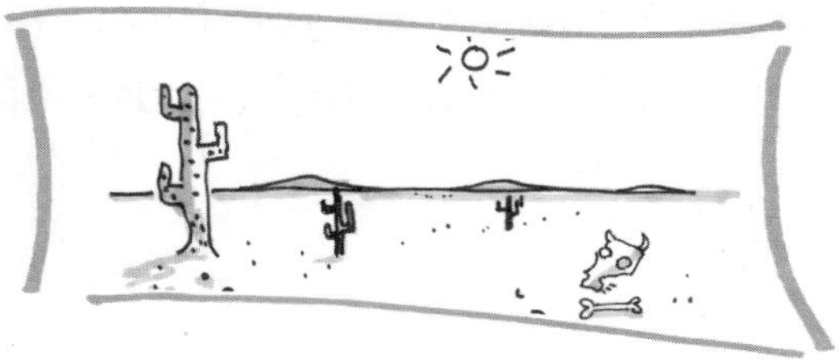

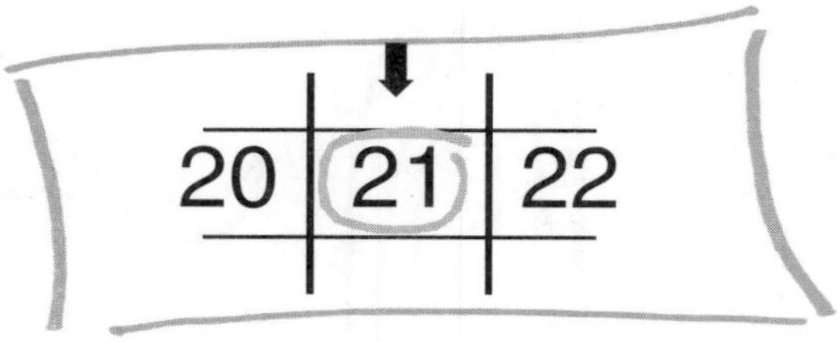

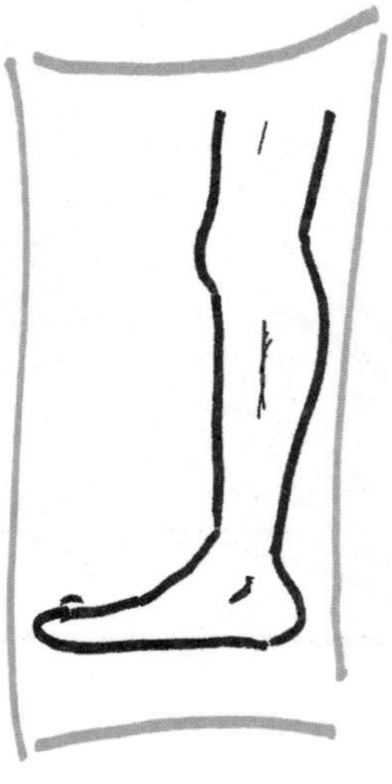

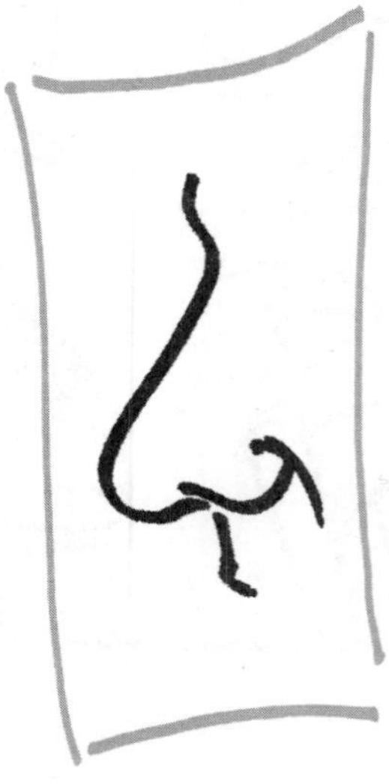

Find the odd one out in these groups of words and say why.

ਕੁੱਤਾ	ਗਾਂ	(ਮੇਜ਼)	ਬਾਂਦਰ

Because it isn't an animal.

- - - - - - - -

ਕਾਰ	ਬਸ	ਰੇਲ ਗੱਡੀ	ਟੈਲੀਫ਼ੋਨ

- - - - - - - -

ਫ਼ਾਰਮ	ਕੋਟ	ਕਮੀਜ਼	ਸਕੱਰਟ

- - - - - - - -

ਸਮੁੰਦਰ	ਝੀਲ	ਦਰਿਆ	ਪੇੜ

- - - - - - - -

ਮਹਿੰਗਾ	ਗੰਦਾ	ਸਾਫ਼	ਸਿਨਮਾ

- - - - - - - -

ਖ਼ਰਗੋਸ਼	ਬਿੱਲੀ	ਮੱਛੀ	ਸ਼ੇਰ

- - - - - - - -

ਬਾਂਹ	ਸੋਫ਼ਾ	ਸਿਰ	ਢਿੱਡ

- - - - - - - -

ਕਿਰਪਾ ਕਰਕੇ	ਕੱਲ੍ਹ	ਕੱਲ੍ਹ	ਅੱਜ

- - - - - - - -

ਚੁੱਲ੍ਹਾ	ਬਿਸਤਰਾ	ਅਲਮਾਰੀ	ਫ਼ਰਿੱਜ

◎ **L**ook at the objects below for 30 seconds.

◎ **C**over the picture and try to remember all the objects. Circle the Panjabi words for those you remember.

ਫੁੱਲ	ਜੁੱਤੀ	ਧੰਨਵਾਦ	ਬੂਹਾ
ਕਾਰ	ਇੱਥੇ	ਕੋਟ	ਰੇਲ ਗੱਡੀ
	ਨਹੀਂ		
ਪੇਟੀ	ਪਹਾੜ	ਕੁਰਸੀ	ਘੋੜਾ
ਜੁਰਾਬ	ਟੀ ਸ਼ਰਟ	ਅੱਖ	ਬਿਸਤਰਾ
ਕੱਛਾ	ਟੈਕਸੀ	ਟੈਲੀਵਿਜ਼ਨ	ਬਾਂਦਰ

Now match the Panjabi words, their pronunciation, and the English meanings, as in the example.

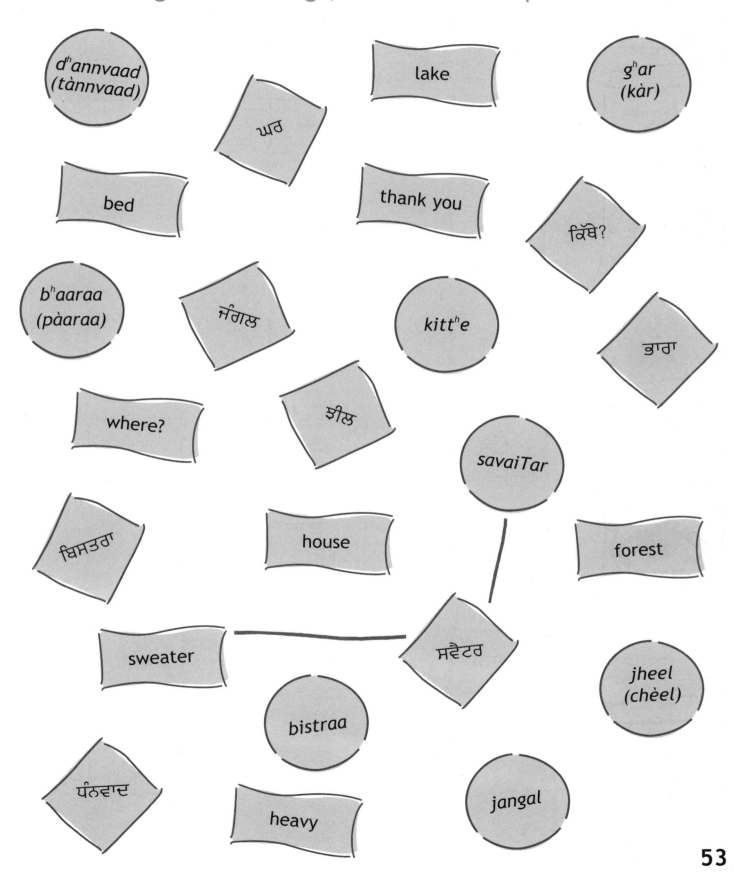

- *d^{h}annvaad (tànnvaad)*
- ਘਰ
- lake
- *g^{h}ar (kàr)*
- bed
- thank you
- ਕਿੱਥੇ?
- *b^{h}aaraa (pàaraa)*
- ਜੰਗਲ
- *kitt^{h}e*
- ਭਾਰਾ
- where?
- ਝੀਲ
- *savaiTar*
- ਬਿਸਤਰਾ
- house
- forest
- sweater
- ਸਵੈਟਰ
- *jheel (chèel)*
- *bistraa*
- ਧੰਨਵਾਦ
- heavy
- *jangal*

Fill in the English phrase at the bottom of the page.

	ਸੋਫ਼ਾ	w	ਟੈਕਸੀ	g	ਕੰਨ	t
	ਕੋਟ	o	ਗੰਦਾ	a	ਪੁਲ	e
	ਹਾਂ	m	ਕਿੰਨਾ	l	ਅੱਜ	i
	ਗਾਂ	b	ਖਿੜਕੀ	l	ਰੈਸਟੋਰੈਂਟ	h
	ਕਿੱਥੇ	e	ਮੂੰਹ	a	ਕੁੱਤਾ	d
	ਅੱਖ	o	ਮੇਜ਼	p	ਹੈਲੋ	v
	ਪਹਾੜੀ	n	ਨਹੀਂ	y	ਬਸ	r
	ਖ਼ਰਗੋਸ਼	n	ਸੜਕ	e	ਚੁੱਲ੍ਹਾ	s

English phrase: (w) ( ) ( ) ( )   ( ) ( ) ( ) ( ) !

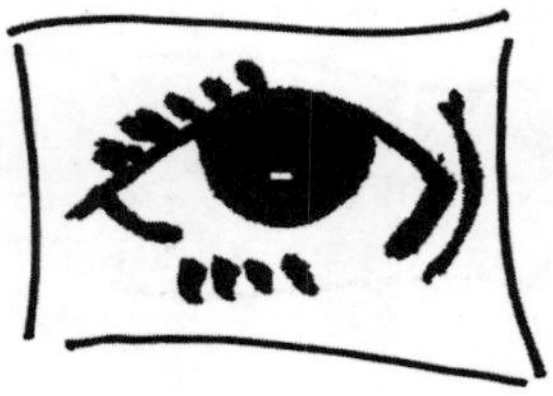

Look at the two pictures and check (✔) the objects that are different in Picture B.

Picture A

Picture B

 ਕੱਛਾ

 ਟੀ ਸ਼ਰਟ

 ਬੂਹਾ

 ਬਿੱਲੀ

 ਕੁਰਸੀ

 ਮੱਛੀ

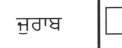 ਜੁਰਾਬ

 ਕੁੱਤਾ

55

Now join the Panjabi words to their English equivalents.

fridge

trousers

shop

school

river

great

small

light

arm

stomach

clean

horse

ਬਾਂਹ

ਢਿੱਡ

ਛੋਟਾ

ਫ਼ਰਿੱਜ

ਹੱਟੀ

ਵਾਹ

ਦਰਿਆ

ਪੈਂਟ

ਸਾਫ਼

ਹਲਕਾ

ਘੋੜਾ

ਸਕੂਲ

Match the Panjabi to the pronunciation.

ਹੈਲੋ

ਕੱਲ੍ਹ

ਚੁੱਲ੍ਹਾ

ਸਿਨਮਾ

ਟੈਕਸੀ

ਪਹਾੜ

ਖੇਤ

ਵੱਡਾ

ਨਵਾਂ

ਭੇਡ

ਉੰਗਲੀ

ਹਾਥੀ

sinmaa

chúllaa

b^{h}eD
(pèD)

k^{h}et

ungalee

hailo

haat^{h}ee

Taiksee

vaDDaa

navaañ

pahaaR

káll

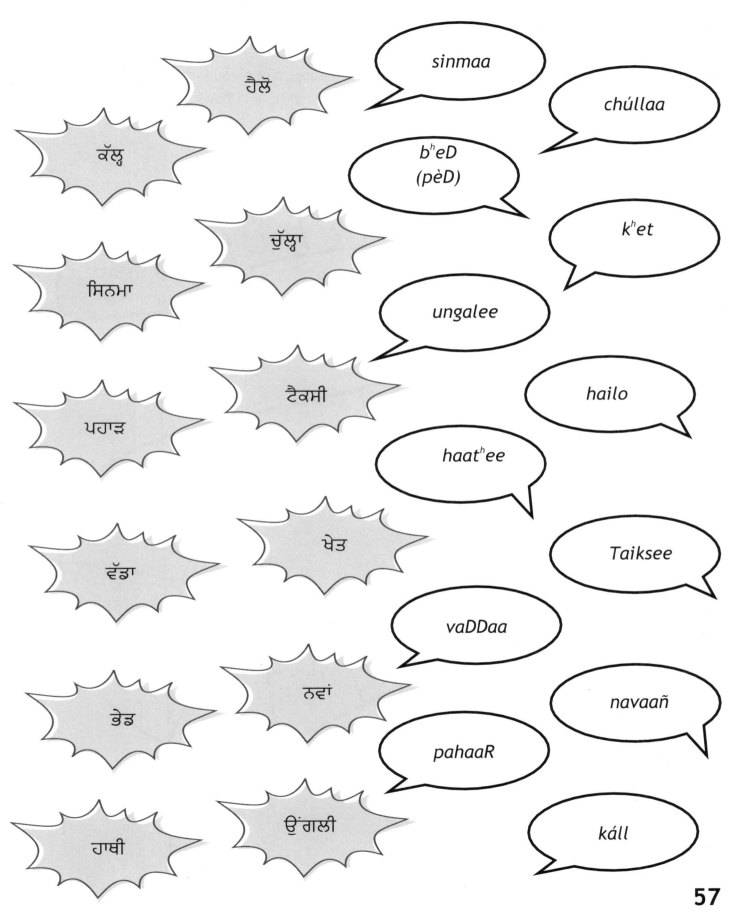

◎ Snake game

● You will need a die and counter(s). You can challenge yourself to reach the finish or play with someone else. You have to throw the exact number to finish.

● Throw the die and move forward that number of spaces. When you land on a word you must pronounce it and say what it means in English. If you can't, you have to go back to the square you came from.

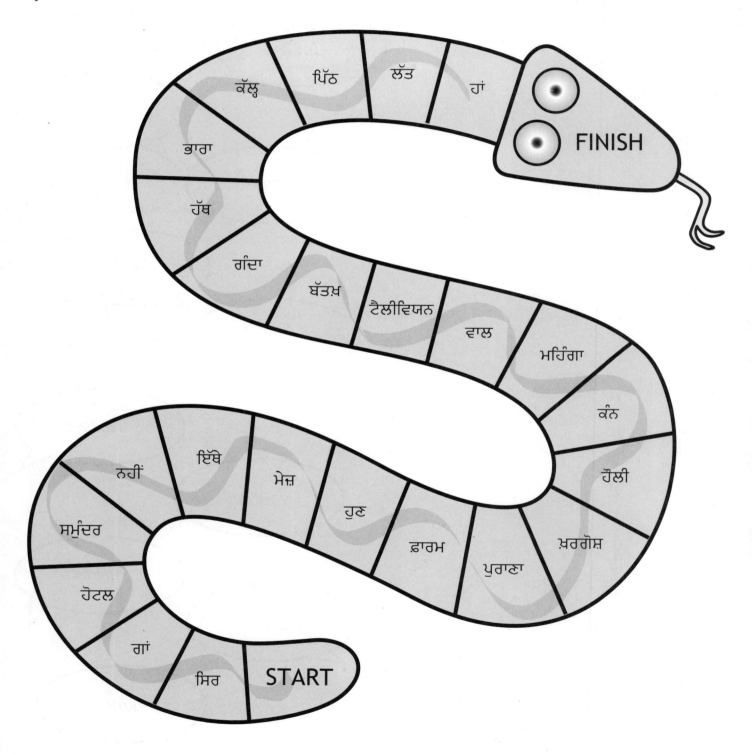

Answers

1 Around the Home

Page 10 (top)

See page 9 for correct picture.

Page 10 (bottom)

door	ਬੂਹਾ
cupboard	ਅਲਮਾਰੀ
stove	ਚੁੱਲ੍ਹਾ
bed	ਬਿਸਤਰਾ
table	ਮੇਜ਼
chair	ਕੁਰਸੀ
fridge	ਫ਼ਰਿੱਜ
computer	ਕੰਮਪਿਊਟਰ

Page 11 (top)

ਮੇਜ਼	*mez*
ਅਲਮਾਰੀ	*almaaree*
ਕੰਮਪਿਊਟਰ	*kammpiooTar*
ਬਿਸਤਰਾ	*bistraa*
ਖਿੜਕੀ	*k^{h}iRkee*
ਟੈਲੀਫ਼ੋਨ	*Taileefon*
ਟੈਲੀਵਿਯਨ	*Taileeviyan*
ਕੁਰਸੀ	*kursee*

Page 11 (bottom)

ਫ਼	ਰ	ਜ਼	ਕਾਂ	ਟ	ਕੁ	ਣ	ਸ਼
ਸੁ	ਰਾ	ਹੀ	ਕ	ਰ	ਰ	ਓ	ਜ਼
ਇ	ਕੁ	ਜ	ਬਿ	ਚੁ	ਸੀ	ਕਾਂ	ਕ
ਛੀ	ਬਿ	ਫ਼	ਰਿੱ	ਜ	ਣ	ਸੰ	ਰ
ਜਿ	ਗ	ਰਾ	ਤ	ਏ	ਚੁੱ	ਲ੍ਹਾ	ਵ
ਬਿ	ਸ	ਤ	ਰਾ	ਜ	ਲ੍ਹਾ	ਮ	ਟ
ਇੰ	ਗ	ਲੈਂ	ਡ	ਵੇ	ਲ	ਜ਼	ਸੋ
ਬੂ	ਹਾ	ਖੁੱ	ਲ੍ਹਾ	ਹ	ਜੋ	ਸ	ਫ਼ਾ

Page 12

Page 13

English word: window

2 Clothes

Page 15 (top)

ਡਰੈੱਸ	*Draiss*
ਕੱਛਾ	*kachch^{h}aa*
ਜੁੱਤੀ	*juttee*
ਪੇਟੀ	*peTee*
ਕਮੀਜ਼	*kameez*
ਟੀ ਸ਼ਰਟ	*Tee sharT*
ਟੋਪ	*Top*
ਜੁਰਾਬ	*juraab*

Page 15 (bottom)

ਯ	ਲ	ਜ਼	ਡ	ਜੁ	ਮੂ	ਜੱ	ਤੀ
ਮ	ਸੋ	ਕੋ	ਟ	ਰਾ	ਡ਼ਾ	ਕੱ	ਲ
ਲਾ	ਰੋ	ਜੁ	ਰਾ	ਬ	ਗ਼	ਰ	ਜੁ
ਈ	ਣ	ਕੱ	ਛਾ	ਟ	ਰੀ	ਟ	ਬ
ਕ	ਸ	ਰ	ਅ	ਪੈਂ	ਬ	ਢ	ਹਿ
ਸ	ਵੈ	ਟ	ਰ	ਙ	ਰ	ਸ਼	ਝ
ਡ਼ਾ	ਸ	ਕੱ	ਰ	ਟ	ਫ਼	ਨੂੰ	ਪੈਂ
ਕ	ਬ	ਓ	ਟ	ਡ	ਮ	ਕੋ	ਟ

Page 16

hat	ਟੋਪ	*Top*
shoe	ਜੁੱਤੀ	*juttee*
sock	ਜੁਰਾਬ	*juraab*
shorts	ਕੱਛਾ	*kachch^{h}aa*
t-shirt	ਟੀ ਸ਼ਰਟ	*Tee sharT*
belt	ਪੇਟੀ	*peTee*
coat	ਕੋਟ	*koT*
trousers	ਪੈਂਟ	*pañT*

Page 17

ਟੋਪ (hat)	2
ਕੋਟ (coat)	0
ਪੇਟੀ (belt)	2
ਜੁੱਤੀ (shoe)	2 (1 pair)
ਪੈਂਟ (trousers)	0
ਕੱਛਾ (shorts)	2
ਡਰੈੱਸ (dress)	1
ਜੁਰਾਬ (sock)	6 (3 pairs)
ਸਕੱਰਟ (skirt)	1
ਟੀ ਸ਼ਰਟ (t-shirt)	3
ਕਮੀਜ਼ (shirt)	0
ਸਵੈਟਰ (sweater)	1

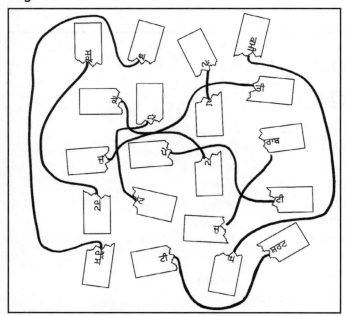

Page 18

❸ Around town

Page 20 (top)

cinema	ਸਿਨਮਾ
shop	ਹੱਟੀ
hotel	ਹੋਟਲ
taxi	ਟੈਕਸੀ
car	ਕਾਰ
train	ਰੇਲ ਗੱਡੀ
school	ਸਕੂਲ
house	ਘਰ

Page 20 (bottom)

bicycle	4
taxi	7
house	2
train	6
bus	1
road	3
car	5

Page 21

ਸਕੂਲ
ਟੈਕਸੀ
ਬਸ
ਕਾਰ
ਰੇਲ ਗੱਡੀ
ਰੈਸਟੋਰੈਂਟ
ਹੋਟਲ
ਸਾਈਕਲ

Page 22

English word: school

Page 23

ਬਸ	*bas*
ਟੈਕਸੀ	*Taiksee*
ਸਕੂਲ	*sakool*
ਕਾਰ	*kaar*
ਹੋਟਲ	*hoTal*
ਘਰ	*g^har (kàr)*
ਸਾਈਕਲ	*saaeekal*
ਰੇਲ ਗੱਡੀ	*rel gaDDee*
ਹੱਟੀ	*haTTee*
ਸਿਨਮਾ	*sinmaa*
ਰੈਸਟੋਰੈਂਟ	*raisToraiñT*
ਸੜਕ	*saRak*

❹ Countryside

Page 25

See page 24 for correct pictures.

Page 26

ਪੁਲ	✔	ਖੇਤ	✔
ਪੇੜ	✔	ਜੰਗਲ	✔
ਰੇਗਿਸਤਾਨ	✘	ਝੀਲ	✘
ਪਹਾੜੀ	✘	ਦਰਿਆ	✔
ਪਹਾੜ	✔	ਫੁੱਲ	✔
ਸਮੁੰਦਰ	✘	ਫ਼ਾਰਮ	✘

Page 27 (top)

ਪਹਾੜ	*pahaaR*
ਦਰਿਆ	*dariaa*
ਜੰਗਲ	*jangal*
ਰੇਗਿਸਤਾਨ	*registaan*
ਸਮੁੰਦਰ	*samundar*
ਫ਼ਾਰਮ	*faarm*
ਪੁਲ	*pul*
ਖੇਤ	*k^het*

Page 27 (bottom)

ਲ	ਮ	ਕ	ਗ	ਪ	ਕੌ	ਡ਼ਾ	ਸ
ਰ	ਪ	ਜੰ	ਪੁ	ਲ	ਗ	ਸ਼	ਫ਼ਾ
ਙ	ਲ	ਕਾ	ਪੇ	ਡ਼ਾ	ਬ	ਫ਼	ਰ
ਤ	ਪੁ	ਰ	ਸ਼	ਇ	ਢ	ਜ਼	ਮ
ਟ	ਰੇ	ਲੂ	ਣ	ਥ	ਫੁੱ	ਫੀ	ਪੇ
ਪ	ਹਾ	ੜੀ	ਤਾ	ਝੀ	ਲ	ਬ	ੜ
ਦ	ਯ	ਫ਼ਾ	ਰ	ਸੀ	ਵ	ਹ	ਝ
ਢ	ਭ	ਘ	ਝੀ	ਥ	ਬੰ	ਦਾ	ਥੂ

Page 28

sea	ਸਮੁੰਦਰ	*samundar*
lake	ਝੀਲ	*j*^{h}*eel (chèel)*
desert	ਰੇਗਿਸਤਾਨ	*registaan*
farm	ਫ਼ਾਰਮ	*faarm*
flower	ਫੁੱਲ	*p*^{h}*ull*
mountain	ਪਹਾੜ	*pahaaR*
river	ਦਰਿਆ	*dariaa*
field	ਖੇਤ	*k*^{h}*et*

❺ Opposites

Page 30

expensive	ਮਹਿੰਗਾ
big	ਵੱਡਾ
light	ਹਲਕਾ
slow	ਹੌਲੀ
clean	ਸਾਫ਼
cheap	ਸਸਤਾ
dirty	ਗੰਦਾ
small	ਛੋਟਾ
heavy	ਭਾਰਾ
new	ਨਵਾਂ
fast	ਤੇਜ਼
old	ਪੁਰਾਣਾ

Page 31
English word: change

Page 32
Odd one outs are those which are not opposites:
ਭਾਰਾ
ਛੋਟਾ
ਨਵਾਂ
ਗੰਦਾ
ਹੌਲੀ
ਸਸਤਾ

Page 33

old	ਨਵਾਂ
big	ਛੋਟਾ
new	ਪੁਰਾਣਾ
slow	ਤੇਜ਼
dirty	ਸਾਫ਼
small	ਵੱਡਾ
heavy	ਹਲਕਾ
clean	ਗੰਦਾ
light	ਭਾਰਾ
expensive	ਸਸਤਾ
cheap	ਮਹਿੰਗਾ

❻ Animals

Page 35

ਗਾਂ

ਖ਼ਰਗੋਸ਼

ਮੱਛੀ

ਸ਼ੇਰ

ਭੇਡ

ਕੁੱਤਾ

ਬਾਂਦਰ

ਘੋੜਾ

ਚੂਹਾ

ਬਿੱਲੀ

Page 36

ਖ਼ਰਗੋਸ਼	*khargosh*
ਘੋੜਾ	*g*^{h}*oRaa (kòRaa)*
ਬਾਂਦਰ	*baañdar*
ਕੁੱਤਾ	*kuttaa*
ਬਿੱਲੀ	*billee*
ਚੂਹਾ	*choohaa*
ਬੱਤਖ਼	*battakh*
ਮੱਛੀ	*machch*^{h}*ee*
ਸ਼ੇਰ	*sher*
ਭੇਡ	*b*^{h}*eD (pèD)*
ਗਾਂ	*gaañ*
ਹਾਥੀ	*haat*^{h}*ee*

Page 37

elephant	✔	mouse	✘
monkey	✘	cat	✔
sheep	✔	dog	✘
lion	✔	cow	✔
fish	✔	horse	✘
duck	✘	rabbit	✔

Page 38

monkey	ਬਾਂਦਰ
cow	ਗਾਂ
mouse	ਚੂਹਾ
dog	ਕੁੱਤਾ
sheep	ਭੇਡ
fish	ਮੱਛੀ
lion	ਸ਼ੇਰ
elephant	ਹਾਥੀ
cat	ਬਿੱਲੀ
duck	ਬੱਤਖ਼
rabbit	ਖ਼ਰਗੋਸ਼
horse	ਘੋੜਾ

❼ Parts of the body

Page 40

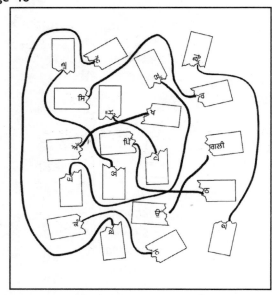

Page 41 (top)

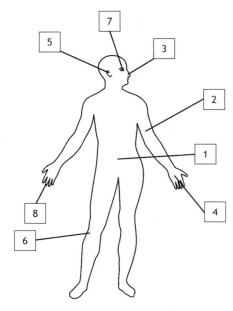

ਉ	ਸ	ਹ	ਕਿ	ਚ	ਜ	ਡ	ਸ਼
ਕ	ਲੱ	ਤ	ਞ	ਵ	ਝ	ਖ਼ੁ	ਜ਼
ਵਾ	ਲੀ	ਝ	ਦੋ	ਮੂੰ	ਵ	ਸ਼ੇ	ਰ
ੲ	ਞ	ਟੂ	ਧੱ	ਹ	ਅ	ਖ	ਸ
ਘ	ਣੀ	ਨ	ਯ	ਬਿ	ਜ	ਲੀ	ਵਾ
ਠ	ਤ	ਰਿ	ਕੰ	ਨ	ਮ	ਕ	ਲ
ਢੋ	ਅੱ	ਖ	ਲ	ਸ਼	ਕ	ਰ	ਈ
ਛ	ਥ	ਨੱ	ਕ	ਲਿ	ਆ	ਕੰ	ਮ

You should have also drawn pictures of:
leg; mouth; ear; nose; eye; hair

Page 41 (bottom)

ਸਿਰ	*sir*
ਕੰਨ	*kann*
ਢਿੱਡ	*D^{h}iDD (TiDD)*
ਨੱਕ	*nakk*
ਬਾਂਹ	*báañ*
ਮੂੰਹ	*móoñ*
ਅੱਖ	*akk^h*
ਪਿੱਠ	*piTT^h*

Page 42

2
6

1 ਢਿੱਡ	*D^{h}iDD (TiDD)*
2 ਬਾਂਹ	*báañ*
3 ਨੱਕ	*nakk*
4 ਹੱਥ	*hatt^h*
5 ਕੰਨ	*kann*
6 ਲੱਤ	*latt*
7 ਅੱਖ	*akk^h*
8 ਉਂਗਲੀ	*ungalee*

Page 43

ear	ਕੰਨ	*kann*
hair	ਵਾਲ	*vaal*
hand	ਹੱਥ	*hatt^h*
stomach	ਢਿੱਡ	*D^{h}iDD (TiDD)*
arm	ਬਾਂਹ	*báañ*
back	ਪਿੱਠ	*piTT^h*
finger	ਉਂਗਲੀ	*ungalee*
leg	ਲੱਤ	*latt*

62

8 Useful expressions

Page 45 (top)

great!	ਵਾਹ!
yes	ਹਾਂ
yesterday	ਕੱਲ੍ਹ
where?	ਕਿੱਥੇ?
today	ਅੱਜ
here	ਇੱਥੇ
please	ਕਿਰਪਾ ਕਰਕੇ
no	ਨਹੀਂ

Page 45 (bottom)

ਉੱਥੇ	*utt^{h}e*
ਹੈਲੋ	*hailo*
ਕੱਲ੍ਹ	*káll*
ਅਲਵਿਦਾ	*alvidaa*
ਕਿੰਨਾ?	*kinnaa*
ਧੰਨਵਾਦ	*d^{h}annvaad (tànnvaad)*
ਮਾਫ਼ ਕਰਨਾ	*maaf karnaa*
ਵਾਹ	*vaah*

Page 46

English word: please

Page 47

Page 48

yes	ਹਾਂ	*haañ*
hello	ਹੈਲੋ	*hailo*
no	ਨਹੀਂ	*naheeñ*
sorry	ਮਾਫ਼ ਕਰਨਾ	*maaf karnaa*
please	ਕਿਰਪਾ ਕਰਕੇ	*kirpaa karke*
there	ਉੱਥੇ	*utt^{h}e*
thank you	ਧੰਨਵਾਦ	*d^{h}annvaad (tànnvaad)*
tomorrow	ਕੱਲ੍ਹ	*káll*

Round-up

Page 49

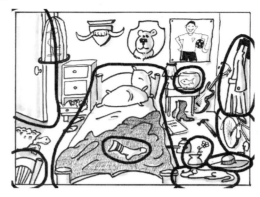

Page 50

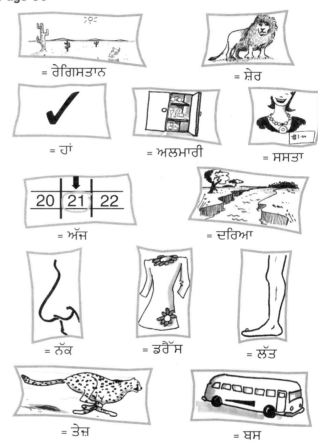

= ਰੇਗਿਸਤਾਨ

= ਸ਼ੇਰ

= ਹਾਂ

= ਅਲਮਾਰੀ

= ਸਸਤਾ

= ਅੱਜ

= ਦਰਿਆ

= ਨੱਕ

= ਡਰੈੱਸ

= ਲੱਤ

= ਤੇਜ਼

= ਬਸ

Page 51

ਮੇਜ਼ (Because it isn't an animal.)
ਟੈਲੀਫ਼ੋਨ (Because it isn't a means of transport.)
ਫ਼ਾਰਮ (Because it isn't an item of clothing.)
ਪੇੜ (Because it isn't connected with water.)
ਸਿਨਮਾ (Because it isn't a descriptive word.)
ਮੱਛੀ (Because it lives in water/doesn't have legs.)
ਸੋਫ਼ਾ (Because it isn't a part of the body.)
ਕਿਰਪਾ ਕਰਕੇ (Because it isn't an expression of time.)
ਬਿਸਤਰਾ (Because you wouldn't find it in the kitchen.)

Page 52

Words that appear in the picture:

ਟੀ ਸ਼ਰਟ
ਕਾਰ
ਫੁੱਲ
ਜੁੱਤੀ
ਰੇਲ ਗੱਡੀ
ਬਾਂਦਰ
ਟੈਲੀਵਿਯਨ
ਕੁਰਸੀ
ਪੇਟੀ
ਕੱਛਾ

Page 53

sweater	ਸਵੈਟਰ	*savaiTar*
lake	ਝੀਲ	*j^{h}eel (chèel)*
thank you	ਧੰਨਵਾਦ	*d^{h}annvaad (tànnvaad)*
bed	ਬਿਸਤਰਾ	*bistraa*
house	ਘਰ	*g^{h}ar (kàr)*
forest	ਜੰਗਲ	*jangal*
where?	ਕਿੱਥੇ	*kitt^{h}e*
heavy	ਭਾਰਾ	*b^{h}aaraa (pàaraa)*

Page 54

English phrase: well done!

Page 55

ਕੱਛਾ	✔ (shade)
ਟੀ ਸ਼ਰਟ	✘
ਬੂਹਾ	✔ (handle)
ਬਿੱਲੀ	✘
ਕੁਰਸੀ	✔ (back)
ਮੱਛੀ	✔ (direction)
ਜੁਰਾਬ	✔ (pattern)
ਕੁੱਤਾ	✘

Page 56

fridge	ਫ਼ਰਿੱਜ
trousers	ਪੈਂਟ
shop	ਹੱਟੀ
school	ਸਕੂਲ
river	ਦਰਿਆ
great	ਵਾਹ
small	ਛੋਟਾ
light	ਹਲਕਾ
arm	ਬਾਂਹ
stomach	ਢਿੱਡ
clean	ਸਾਫ਼
horse	ਘੋੜਾ

Page 57

ਹੈਲੋ	*hailo*
ਕੱਲ੍ਹ	*káll*
ਚੁੱਲ੍ਹਾ	*chúllaa*
ਸਿਨਮਾ	*sinmaa*
ਟੈਕਸੀ	*Taiksee*
ਪਹਾੜ	*pahaaR*
ਖੇਤ	*k^{h}et*
ਵੱਡਾ	*vaDDaa*
ਨਵਾਂ	*navaañ*
ਭੇਡ	*b^{h}eD (pèD)*
ਉਂਗਲੀ	*ungalee*
ਹਾਥੀ	*haat^{h}ee*

Page 58

Here are the English equivalents of the word, in order from START to FINISH:

head	*sir*	expensive	*máiñgaa*
cow	*gaañ*	hair	*vaal*
hotel	*hoTal*	television	*Taileeviyan*
sea	*samundar*	duck	*battakh*
no	*naheeñ*	dirty	*gandaa*
here	*itt^{h}e*	hand	*hatt^h*
table	*mez*	heavy	*b^{h}aaraa (pàaraa)*
now	*huN*		
farm	*faarm*	tomorrow	*káll*
old	*puraNaa*	back	*piTT^h*
rabbit	*khargosh*	leg	*latt*
slow	*haulee*	yes	*haañ*
ear	*kann*		

ਕੰਮਪਿਊਟਰ

kammpiooTar

ਖਿੜਕੀ

k^{h}iRkee

ਮੇਜ਼

mez

ਅਲਮਾਰੀ

almaaree

ਫ਼ਰਿੱਜ

frijj

ਕੁਰਸੀ

kursee

ਸੋਫ਼ਾ

sofaa

ਚੁੱਲ੍ਹਾ

chúllaa

ਬੂਹਾ

boohaa

ਬਿਸਤਰਾ

bistraa

ਟੈਲੀਫ਼ੋਨ

Taileefon

ਟੈਲੀਵਿਯਨ

Taileeviyan

window	computer
cupboard	table
chair	fridge
stove	sofa
bed	door
television	telephone

ਪੇਟੀ

peTee

ਕੋਟ

koT

ਸਕੱਰਟ

skarT

ਟੋਪ

Top

ਟੀ ਸ਼ਰਟ

Tee sharT

ਜੁੱਤੀ

juttee

ਸਵੈਟਰ

savaiTar

ਕਮੀਜ਼

kameez

ਕੱਛਾ

kachchʰaa

ਜੁਰਾਬ

juraab

ਪੈਂਟ

paiñT

ਡਰੈੱਸ

Draiss

coat	belt
hat	skirt
shoe	t-shirt
shirt	sweater
sock	shorts
dress	trousers

ਸਕੂਲ

sakool

ਕਾਰ

kaar

ਸੜਕ

saRak

ਸਿਨਮਾ

sinmaa

ਹੋਟਲ

hoTal

ਹੱਟੀ

haTTee

ਟੈਕਸੀ

Taiksee

ਸਾਈਕਲ

saaeekal

ਰੈਸਟੋਰੈਂਟ

raisToraiñT

ਬਸ

bas

ਰੇਲ ਗੱਡੀ

rel gaDDee

ਘਰ

ghar (kàr)

car	school
cinema	road
shop	hotel
bicycle	taxi
bus	restaurant
house	train

ਝੀਲ

jʰeel (chèel)

ਜੰਗਲ

jangal

ਪਹਾੜੀ

pahaaRee

ਸਮੁੰਦਰ

samundar

ਪਹਾੜ

pahaaR

ਪੇੜ

peR

ਰੇਗਿਸਤਾਨ

registaan

ਫੁੱਲ

pʰull

ਪੁਲ

pul

ਦਰਿਆ

dariaa

ਫ਼ਾਰਮ

faarm

ਖੇਤ

kʰet

forest	lake
sea	hill
tree	mountain
flower	desert
river	bridge
field	farm

ਭਾਰਾ	ਹਲਕਾ
b^haaraa (pàaraa)	*halkaa*
ਵੱਡਾ	ਛੋਟਾ
vaDDaa	*ch^{h}oTaa*
ਪੁਰਾਣਾ	ਨਵਾਂ
puraaNaa	*navaañ*
ਤੇਜ਼	ਹੌਲੀ
tez	*haulee*
ਸਾਫ਼	ਗੰਦਾ
saaf	*gandaa*
ਸਸਤਾ	ਮਹਿੰਗਾ
sastaa	*máiñgaa*

light	heavy
small	big
new	old
slow	fast
dirty	clean
expensive	cheap

ਬੱਤਖ਼

battakh

ਬਿੱਲੀ

billee

ਚੂਹਾ

choohaa

ਗਾਂ

gaañ

ਖ਼ਰਗੋਸ਼

khargosh

ਕੁੱਤਾ

kuttaa

ਘੋੜਾ

gʰoRaa (kòRaa)

ਬਾਂਦਰ

baañdar

ਸ਼ੇਰ

sher

ਮੱਛੀ

machchʰee

ਹਾਥੀ

haatʰee

ਭੇਡ

bʰeD (pèD)

cat	duck
cow	mouse
dog	rabbit
monkey	horse
fish	lion
sheep	elephant

ਬਾਂਹ

báañ

ਉਂਗਲੀ

ungalee

ਸਿਰ

sir

ਮੂੰਹ

móoñ

ਕੰਨ

kann

ਲੱਤ

latt

ਹੱਥ

hatt^{h}

ਢਿੱਡ

D^{h}*iDD (TiDD)*

ਅੱਖ

akk^{h}

ਵਾਲ

vaal

ਨੱਕ

nakk

ਪਿੱਠ

piTT^{h}

finger	arm
mouth	head
leg	ear
stomach	hand
hair	eye
back	nose

ਕਿਰਪਾ ਕਰਕੇ

kirpaa karke

ਧੰਨਵਾਦ

dʰannvaad (tànnvaad)

ਹਾਂ

haañ

ਨਹੀਂ

naheeñ

ਹੈਲੋ

hailo

ਅਲਵਿਦਾ

alvidaa

ਕੱਲ੍ਹ

káll

ਅੱਜ

ajj

ਕੱਲ੍ਹ

káll

ਕਿੱਥੇ?

kittʰe

ਇੱਥੇ

ittʰe

ਉੱਥੇ

uttʰe

ਮਾਫ਼ ਕਰਨਾ

maaf karnaa

ਕਿੰਨਾ?

kinnaa

ਵਾਹ!

vaah

ਹੁਣ

huN

thank you	please
no	yes
goodbye	hello
today	yesterday
where?	tomorrow
there	here
how much?	sorry
now	great!